தெய்வம் என்பதோர்

தொ. பரமசிவன்

நற்றிணை பதிப்பகம்

வெளியீடு: நற்றிணை பதிப்பகம் (பி) லிமிடெட்
எண்: 136, தரைத்தளம், சோழன் தெரு,
ஆழ்வார் திருநகர், சென்னை – 600 087.
மின்னஞ்சல்: natrinaipathippagam@gmail. com
தொலைபேசி : 044–4273 2141
கைபேசி : 94861 77208
அச்சாக்கம் : துர்கா பிரிண்டர்ஸ், சென்னை–600 005

பொருளடக்கம்

தாய்த் தெய்வம்	3
பழையனூர் நீலி கதை	15
உலகம்மன்	18
வள்ளி	21
சித்திரகுப்தன்	25
ஒரு சமணக் கோயில்	29
தமிழக ஆன்மீக வரலாற்றில் வள்ளலார்	31
ஆழ்வார் பாடல்களும் கண்ணன் பாட்டும்	38
பண்பாட்டுக் கலப்பு	45
சடங்கியல் தலைமையும் சமூக அதிகாரமும்	49
மரபும் மீறலும் – சாதி சமய அரசியல் பின்னணி	51
பெரியாரியலும் நாட்டார் தெய்வங்களும்	57
இந்திய தேசிய உருவாக்கத்தில் பார்ப்பனியத்தின் பங்கு	64
பேராசிரியர் கா. சிவத்தம்பியின் பக்தி இலக்கிய ஆய்வுகள்	69
சமய நல்லிணக்கம் – பெரியாரியப் பார்வையில்	74

தாய்த் தெய்வம்

தமிழகத்தில் புரட்டாசி மாத வளர்பிறையில் நவராத்திரி விழா என்ற பெயரில் கோயில்களில் அம்மனை மையமிட்டு, பத்து நாட்களாகத் திருவிழா ஒன்று நடைபெறுகின்றது. இத்திருவிழாவில் முதல் ஒன்பது நாட்கள் அம்மன் 'தவம்' செய்கிறாள். பத்தாம் நாளில் அம்மன் எனப்படும் இத்தாய்த் தெய்வம் சப்பரத்தில் வடதிசை நோக்கி எழுந்தருளி ஊரில் ஒரு திடலுக்குச் சென்று எருமைத்தலை அரக்கனை (ஓர் ஆணை) அம்புகளை ஏவிக் கொன்று விட்டுத் தன் கோயிலுக்குத் திரும்புகிறாள்.

தனியான அம்மன் கோயில்களோடு இந்தத் திருவிழா சில சிவன் கோயில்களிலும் அம்மனை முன்னிறுத்தி நடத்தப் பெறு கின்றது. இருப்பினும், ஆண் துணையின்றித் தனியாக அமர்ந்திருக்கும் அம்மன் கோயில்களில்தான் இத்திருவிழா சிறப்பாக நடைபெறு கின்றது. இவ்வகையான கோயில்களில் பெரும்பாலும் தமிழ்நாட்டுப் பார்ப்பனர்கள் பூசை செய்வதில்லை என்பது குறிப்பிடத்தக்கது. இக்கோயில்களும் பெரும்பாலும் பார்ப்பனரல்லாத சாதிகளின் உடைமையாகவே உள்ளன. பழைய மண் கோட்டைகளும் கற் கோட்டைகளும் இருந்து அழிந்துபோன ஊர்களில் ஊரின் நடுப் பகுதியில் இருந்து அம்மன் புறப்பட்டு கோட்டையின் வாசல் வழியாக (அதாவது அந்த வாசல் இருந்த இடத்திலிருந்து) வெளியேறி முன் உள்ள திடலில் அல்லது கிழக்குத் திசைத் திடலில் எருமைத் தலை அரக்கனைக் கொன்று, கிழக்கு வாசல் வழியாகத் தன்னுடைய கோயிலுக்குத் திரும்பி வரும்.

தமிழ்நாட்டில் நூற்றுக்கணக்கான மண்கோட்டைகள் இருந்து அழிந்திருக்கின்றன. இவை பெரும்பாலும் இரண்டு முதல் ஐந்து ஏக்கர் பரப்பளவிற்கு உள்ளாகவே அமைந்திருக்கின்றன. இன்று இக்கோட்டைகள் இருந்ததற்கான அடையாளங்கள் மட்டும் பெரும் பாலான ஊர்களில் எஞ்சியிருக்கின்றன. இக்கோயில்கள் பெரும் பாலும் செல்லியம்மன், செல்லத்தம்மன், வடக்கவாச் செல்வி (வடக்குவாசல் செல்வி) என்னும் பெயர்களில் அமைந்துள்ளன.

பழந்தமிழர்களின் தாய்த் தெய்வக் கோயில்களான அம்மன் கோயில்கள் 99 விழுக்காடு வடக்கு நோக்கியே அமைந்துள்ளன என்பதையும் நாம் இங்கு நினைவில் கொள்ள வேண்டும். கிறிஸ்துவுக்கு முற்பட்ட காலத்தில் முப்புறமும் கடல் சூழ்ந்த நாடாகவே (அதாவது இன்றைய கேரளத்தை உள்ளிட்டு) தமிழகம் இருந்துள்ளது. எனவே பகைப்படை வடதிசையிலிருந்து மட்டுமே வரமுடியும். தெய்வம் வடக்குத் திசை நோக்கித் தன் மக்களைக் காக்க ஆயுதம் ஏந்தி நிற்கின்றது என்பதே தொல் வரலாற்று உண்மை

யாகும். பழந்தமிழர்களின் தாய்த் தெய்வம், அரசுகள் உருவானபோது போர்த் தெய்வமாக மாற்றப்பட்டு 'கொற்றவை' என்ற பெயரோடு வழங்கப்பட்டது. இப்பெயருக்கான வேர்ச்சொல் 'கொல்' என்ப தாகும். பெருந்தெய்வக் கோயில்களில் ஆண் தெய்வத்திற்கு அருகில் நின்றுகொண்டு அல்லது அமர்ந்து கொண்டிருக்கும் உமை, திருமகள் ஆகிய தெய்வப் படிமங்களின் கையில் நீலம், தாமரை ஆகிய மலர்களே காட்டப்பட்டிருக்கும். ஆனால், தாய்த் தெய்வங்களோ பெரும்பாலும் சிங்கத்தின் மீது அமர்ந்த கோலத்தில் நான்கு, அல்லது எட்டுக் கைகளுடன், எல்லாக் கைகளிலும் ஆயுதங்கள் ஏந்தியபடி போருக்கு ஆயத்தமான நிலையில் உள்ளன. இவை இரத்தப்பலி பெறுகின்ற தெய்வங்களாகும். எனவே இவற்றின் பூசாரிகளாகப் பண்டாரம், வேளார் (குயவர்), உவச்சர் (கம்பர்) போன்ற பார்ப்பன ரல்லாத சாதியாரே உள்ளனர்.

தமிழ்நாட்டுத் தாய்த் தெய்வம் பற்றிய குறிப்புகள் பெரும் பாலும் இலக்கியங்களில் இருந்துதான் நமக்குக் கிடைக்கின்றன. சங்க இலக்கியங்களும் பிற்கால இலக்கியங்களும் தரும் குறிப்புகளின்படி குழந்தை பெற்ற தாயினைக் குறிக்கும் சொல் லாகச் 'செல்வி' என்ற சொல்லே காணப்படுகின்றது. 'காடுகெழு செல்வி, கடல்கெழு செல்வி' ஆகிய தொடர்களால் தாய்த் தெய்வம் சுட்டப்படுகின்றது. பிற்காலத்தில் வந்த அம்மன் என்ற சொல்லைப் போல 'செல்வி' என்ற சொல் முற்காலத்தில் பயன்படுத்தப் பெற்றுள்ளது. 'அம்மன்' என்ற சொல்லுக்குச் 'சீமாட்டி' அல்லது 'உயர்குடிப் பெண்' என்பது பொருளாகும். அக்காலத்தில் தாய்த் தெய்வம் இப்போது போல ஊரின் நடுவில் இருக்கவில்லை. அதன் வாழிடம் காட்டுக்குள் இருந்தது. தாய்த் தெய்வத்தின் வழிபாட்டில் 'துணங்கைக் கூத்து' நடைபெறும். இந்த முற்குறிப்புகளோடு பின்வந்த திருமுருகாற்றுப் படை அவளுக்குப் 'பழையோள்' (பழையவள்) என்ற பெயரையும் கொடுத்து முருகனை அவள் மகனாகவும் ஆக்கி வைக்கின்றது. சிலப்பதிகாரம் பிறந்த காலத்தில் அவள் தந்தைத் தெய்வத்தின் சிவனின் மனைவி ஆக்கப்படுகின்றாள். அதன் பின்னர் கிழக்கிந்தியப் பகுதியில் இருந்து வந்த காளி வழிபாடும் அது குறித்த கதைகளும் பழைய தாய்த் தெய்வ வழிபாட்டோடு இணைக்கப் பட்டன. இந்த இணைப்பு வைதீக மதத்தின் எழுச்சியால் உருவானதாகும். வைதீகம் முழுமையாகத் தமிழ்நாட்டில் வெற்றி பெற்றபோது தாய்த் தெய்வம் சிவனின் மனைவியாகவும் திருமாலின் தங்கையாகவும் ஆக்கப்பட்டாள். அவளுடைய தோற்றக் கூறுகளை அடையாளம் காட்டும் தனித் தன்மைகள் ஓரளவு மறைக்கப்பட்டது; அவள் குடும்ப அமைப்பின் அச்சாணியாக மாற்றப்பட்டாள்.

இருந்தபோதும் வைதீகத்தின் முயற்சிகளால் தாய்த் தெய்வத்தின் தனித்தன்மையை 'முற்றிலுமாக' அழித்துவிட முடியவில்லை. சிவன், திருமால் ஆகிய பெருந்தெய்வக் கோவில்களில் அம்மன், தாயார்

ஆகிய பெயர்களில் தாய்த் தெய்வம் குடியமர்த்தப்பட்டுள்ளது. இருந்தபோதிலும் 'ஆண் வாடையின்றித்' தனியாக தாய்த் தெய்வம் அமர்ந்துள்ள கோவில்களே தமிழ்நாட்டில் இன்றும் அதிகம் காணப்படுகின்றன. தாய்த் தெய்வங்கள் அனைத்தும் கையில் ஆயுதம் ஏந்தியுள்ளன என்பதே இவற்றின் தனித்தன்மையாகும். ஒரேயொரு வலிமையான கூறாக மட்டும் வைதீகத்தின் சாயல் தாய்த் தெய்வ உருவங்களின் மீது காணப்படுகிறது. தாலியின் மாற்று வடிவமாகப் 'பொட்டு' எனும் அணிகலன் தாய்த் தெய்வத்தின் கழுத்தில் சூட்டப் பட்டுள்ளது. இந்த ஒன்றைத் தவிர வேறு எந்த மாற்றத்தையும் வைதீகத்தால் தாய்த் தெய்வத்தின் மீது உண்டாக்க முடியவில்லை. வடக்கு நோக்கி அமர்ந்திருத்தல், கையில் ஆயுதம் ஏந்தியிருத்தல், தலையில் பெரும்பாலும் அக்கினி (தீச்சுவாலை) மகுடம் கொண்டி ருத்தல், கழுத்தில் காறையும் பொட்டும் அணிந்திருத்தல், நிமிர்ந்த முகம் ஆகியவை தாய்த் தெய்வத்தின் தனி அடையாளங்களாகும். வழிபாட்டு முறைகளில் பொங்கலும் முளைப்பாரியும் சாமி யாட்டமும் இரத்தப் பலியும் தாய்த் தெய்வத்தை அடையாளம் காட்டும் தனிக்கூறுகளாகும். அண்மைக் காலமாகத் திருவிழா நாட்களில் மட்டும் தாய்த் தெய்வத்தை வைதீகப்படுத்தி பார்ப்பனர் கள் பூசை செய்கின்றனர். ஏனைய நாட்களில் தாய்த் தெய்வத்திற்கான பூசை, பார்ப்பனர் அல்லாத சாதியாராலேயே செய்யப்படுகின்றது.

தமிழ்நாட்டில் பல்லவ, பாண்டிய, சோழ அரசர்களின் காலத் தில் சைவ, வைணவ சமயங்கள் பேரெழுச்சி பெற்றன. ஆந்திராவின் தென்பகுதி தொடங்கி குமரிவரை அக்காலத்தில் கற்களால் ஆன பெருந்தெய்வக் கோவில்களை அரசர்களும் அதிகாரிகளும் உருவாக் கினார்கள். எழுதப் பெற்ற தமிழக வரலாற்றைப் படிப்பவர்களுக்கு அக்காலத்தில் இவை மட்டுமே தமிழ்ச் சாதியினர் வழிபடும் இடங் களாக விளங்கின என்று தோன்றும். ஆனால் உண்மையில் அந்தக் காலகட்டத்தில் ஒவ்வொரு ஊரிலும் ஏராளமான தாய்த் தெய்வக் கோவில்கள் இருந்திருக்கின்றன. இக்கோயில் அமைந்த இடத்திற்கும் அதற்கு முன்னுள்ள முற்றத்திற்கும் வேறு வழியின்றி அரசர்கள் வரி நீக்கம் செய்திருக்கின்றனர். இவ்வாறு வரி நீக்கம் செய்யப்பட்ட நிலங்களுக்கு 'இறையிலி நிலம்' என்று பெயர். ஒவ்வொரு ஊரிலும் ஒன்றோ இரண்டோ பலவாகவோ இவ்வகையான தாய்த் தெய்வக் கோயில்கள் பல்லவ, பாண்டிய, சோழ அரசர்கள் காலத்திலும் இருந்திருக்கின்றன. எடுத்துக்காட்டாக, "மழ நாடான ராஜாச்ரய வளநாட்டுப் பாச்சில் கூற்றத்துக் கீழ்பலாற்றுத் துறையூர்" என்ற ஊரிலிருந்து தாய்த் தெய்வக் கோவில்களைப் பற்றி முதலாம் இராசராசனின் (கி.பி. 985-1012) தஞ்சைக் கோயில் கல்வெட்டு பேசுகின்றது. "இவ்வூர்... பிடாரி புன்னைத் துறை நங்கை கோயிலுந் திருமுற்றமும், பிடாரி பொதுவகை ஊருடையாள் ஸ்ரீகோயிலுந் திருமுற்றமும், இவ்வூர்க் காடுகள் கோயிலுந் திருமுற்றமும், இவ்வூர்த்

துர்க்கையார் கோயிலுந் திருமுற்றமும், இவ்வூர் எறாடு கடக்கம், இவ்வூர்க் காளாபிடாரியார் ஸ்ரீகோயிலுந் திருமுற்றமும், ஐயன் கோயிலுந் திருமுற்றமும் இவ்வூர்ப் பிடாரி குதுரைவட்டமுடையாள் ஸ்ரீகோயிலுந் திருமுற்றமும் இவ்வூர்க் குளமுங் கரையும் ஆக இறையிலி நீங்கு நிலன்...” என்பது கல்வெட்டுத் தொடராகும். இக்கோயில்களில் ஐயன் கோவில் என்று குறிப்பிடப்படும் ஐயனார் கோவில் தவிர ஏனையவை அனைத்தும் தாய்த் தெய்வக் கோவில் களாகும். கி.பி. 11ஆம் நூற்றாண்டின் தொடக்கம்வரை தமிழ்ச் சமூகத்தின் பெருந்திரளான மக்கள் தாய்த் தெய்வ வழிபாட்டில்தான் நின்றிருக்கின்றனர் என்பதற்கு இவை போன்ற செய்திகள் அடை யாளமாகும். பெருஞ்சமய நெறிக்குள் கரைந்துபோகாமல் தமிழ்ச் சமூகம் தன்னுடைய பண்பாட்டினைத் தகவமைத்துக் கொண்டது என்பதுதான் இதிலிருந்து நமக்குக் கிடைக்கும் செய்தியாகும். ஒற்றைத் தெய்வத்தை முன்னிறுத்தும் பெருஞ்சமய நெறிக்கு மாறாகத் தமிழ்மக்கள் ஒரே ஊரில் பலவகைத் தாய்த் தெய்வங்களை வணங்கி வந்திருப்பது கூர்ந்து கவனிக்கத்தக்க செய்தியாகும்.

கல்வெட்டு குறிப்பிடும் தாய்த் தெய்வக் கோயில்களில் சிற்சில வேறுபாடுகளுடன் கூடிய சடங்குகளும் வழிபாடுகளும் நிகழ்த்தப் பெற்றிருக்க வேண்டும். பின்னர் ஆயிரமாண்டுகள் கழித்தும் இவ்வகையான பண்பாட்டு மரபுகளில் சில இன்றுவரை தொடர்ந்து வலிமையாக உயிர் வாழ்கின்றன என்பதும் நாம் உணர வேண்டிய செய்தியாகும்.

தமிழ்நாட்டின் பெருந்தெய்வக் கோயில்கள் சிலவற்றில் குறிப் பாகச் சிவன் கோயில்களில் – தந்தைத் தெய்வத்தைவிட தாய்த் தெய்வம் ஆழ்ந்த பக்திக்கும் பெருத்த மரியாதைக்கும் உரியதாக விளங்குகின்றது. இவற்றோடு சில நுட்பமான சடங்கியல் அசைவு களும் இக்கோயில்களில் காணப்படுகின்றன. கன்னியாகுமரியிலுள்ள குமரித் தெய்வம், திருநெல்வேலி காந்திமதி அம்மன், மதுரை மீனாட்சி அம்மன், திருவானைக்கா(வல்) அகிலாண்டேஸ்வரி, காஞ்சி காமாட்சி என்பன போன்ற சில தாய்த் தெய்வங்களை இவ்வகையில் நம்மால் குறிப்பிட்டுச் சொல்ல முடியும்.

கன்னியாகுமரியில் உள்ள குமரித் தெய்வம் தமிழர்களின் கடல்துறைத் தெய்வமாகத் தோன்றியிருக்க வேண்டும். ‘கடல்கெழு செல்வி’ என்று சங்க இலக்கியம் (அகநா. 370) குறிப்பிடும் பழைய தாய்த் தெய்வமும் அதன் சடங்குமுறைகளும் எவ்வாறு மறைந்து போயின என்று தெரியவில்லை. மீனைக் குலக் குழுச் சின்னமாகவும் கொடியாகவும் கொண்ட பாண்டியர் எனும் அரசமரபு தமிழ்நாட்டில் இருந்திருக்கின்றது. அவர்களுடைய தலைநகர்த் தெய்வமும் மீனோடு கூடிய பெயர் பெற்றிருக்கின்றது. சங்க இலக்கியக் குறிப்பின்படி சுறாக் கொம்பை நட்டு வழிபட்ட ‘தென் பரதவர்’ என்னும் சாதியும் பிற மீனவச் சாதிகளும் நெடிய கடற்கரையும் இன்றளவும் தமிழ்

நாட்டில் உள்ளன. தமிழகம் முழுவதிலும் பரவலாக நாட்டார் தெய்வப் பெயரிடு முறைகளிலும் மீனா, மீனாள், மீனாட்சி ஆகிய பெயர்களின் செல்வாக்கினை நம்மால் மறுதலிக்கவியலாது. தந்தைத் தெய்வம் இல்லாமல் தனித்த தாய்த் தெய்வமாகத் தமிழ்நாட்டு அரசர்கள் குமரித் தெய்வத்தைக் கொண்டாடி இருக்கின்றனர் என்ற செய்தி கல்வெட்டுக்களால் தெரிய வருகின்றது. இக்குமரித் தெய்வமே சங்ககாலத் தமிழர்களின் 'கடல்கெழு செல்வியாக' இருக்க வேண்டும். இந்நினைவுகளில் இருந்தே தமிழ்ப் பௌத்த மரபில் 'மணிமேகலை' எனும் கடல் தெய்வம் தோன்றியிருக்க வேண்டும்.

மதுரை மீனாட்சித் தெய்வம் தானே தனியுரிமையோடு முடிசூடி அரசாளும் தெய்வமாகும். இக்கோயில் திருவிழாவில் திருமணச் சடங்குக்கு முன்னர் அவள் மட்டும் முடிசூடும் 'பட்டாபிஷேகம்' என்னும் திருவிழாச் சடங்கும் 'திக்குவிஜயம்' என்ற பெயரில் அரசி நகரசோதனை செய்யும் திருவிழாச் சடங்கும் நிகழ்த்தப் பெறுகின்றன. 'அவள் அரசியே தவிர அவள் கணவன் அரசன் அல்லன்.' இப்படி ஒரு தனித்தன்மைகொண்ட தெய்வம் இந்தியாவில் வேறெங்கும் இல்லை. சிலப்பதிகாரம் குறிப்பிடும் 'தென்னவன் குலமுதல் கிழத்தி' (பாண்டியரின் குலதெய்வம்) இவளாகவே இருந்திருக்க வேண்டும். இத் தொடர்பையும் தொன்மையினையும் காட்டும் நுட்பமான சான்று ஒன்று அண்மையில் கிடைத்துள்ளது. எருமைத் தலை அரக்கனை அழிப்பதற்காக நவராத்திரித் திருவிழாவில் இவள் தவம் செய்யும் போது எட்டாம் திருநாள் விழாவில் மதுரை மீனாட்சிக்கு வேப்பம்பூ மாலை சூட்டப்படுகின்றது. 'வேப்பம்பூ மாலை சூடுதல்' என்பது தமிழ்நாட்டில் வேறு எங்கும் கண்டும் கேட்டும் அறியாத செய்தியாகும். பாண்டியர்களின் அடையாளப் பூமாலை யான வேப்பம்பூ மாலையை இத்தெய்வம் சூடிக் கொள்வது இத்தெய்வம் பாண்டியரின் குல தெய்வம் என்ற கருத்தினை உறுதி செய்கின்றது. (பாண்டியர்களின் குடிப்பெயர்களில் ஒன்றாக 'வேம்பன்' என்ற பெயரைச் சிலப்பதிகாரம் குறிப்பிடுவதும் இங்கு கவனிக்கத்தக்கது.)

இவ்வாறே குறிப்பிட்டுச் சொல்லக்கூடிய மற்றொரு தாய்த் தெய்வம் திருஆனைக்கா அகிலாண்டேசுவரி ஆகும். இக்கோயில் மதிற்சுவர்களில், இக்கோயிலில் தன் தலையைத் தானே அரிந்து (நவகண்டம்) கொடுக்கும் வழக்கம் இருந்ததைக் காட்டும் சிற்பச் சான்றுகள் உள்ளன. (இவ்வகைச் சான்றுகள் தொல்லெச்சங்களாகத் தமிழ்நாட்டில் பல கோயில்களில் காணக் கிடைக்கின்றன.) இக்கோயிலில் நண்பகல் ஒரு வேளையில் ஆண் பூசாரி சேலையைத் தன் உடம்பில் சுற்றிக்கொண்டு தான் பெண்ணாக மாறியதாகப் பாவனை செய்துகொண்டு பூசை செய்யும் வழக்கம் நடைமுறையில் உள்ளது. இதன் பொருள் இக்கோயில், ஒரு காலத்தில் நரபலி பெறும் உக்கிரமான தாய்த் தெய்வக் கோயிலாகத் தோன்றியிருக்க வேண்டும் என்பதுதான். இக்கோயிலை வைதீக மயப்படுத்திப்

பிற்காலத்தில் தந்தைத் தெய்வக் கோயிலாக ஆக்கியுள்ளார்கள். வைதீகமயப்படுத்தும் முறைகளில் ஒன்று ஸ்ரீஸக்கர பிரதிஷ்டை செய்தல் (தெய்வத்தின் அடங்காச் சினத்தைக் குறைக்கும் மந்திரங்களைச் செப்புத் தகட்டில் எழுதித் தலைவாசலில் பதித்தல்) ஆகும்.

இது ஒரு பார்ப்பனக் கதையாடலாகும். திருவானைக்கா கோயிலில் ஆதிசங்கரர் ஸ்ரீஸக்கர பிரதிஷ்டை செய்து 'தாடங்கம்' என்னும் காதணி ஒன்றை இத்தெய்வத்திற்கு அளித்தார் என்பது பார்ப்பனர்கள் கூறும் கதையாகும் (இக்கதையினைப் பயன்படுத்திக் கொண்டு இப்போதுள்ள சிருங்கேரிக் கிளைமடமான காஞ்சி மடத்து சங்கராச்சாரியார் தாடங்கம் செய்து கொடுத்துள்ளார் என்பதும் குறிப்பிடத்தக்கது.) காஞ்சி காமாட்சியம்மன் கோவில் இப்போது சங்கராச்சாரியார் கட்டுப்பாட்டில் உள்ளது. வாய்மொழி வழக்காறுகளின்படி சங்கராச்சாரியார்கள் கைப்பற்று முன் இக்கோயில் 'விசுவகருமாக்கள்' எனப்படும் கம்மாளர் சாதியார்க்குச் சொந்தமானது. வரலாற்று ஆராய்ச்சியாளர்கள் இக்காமாட்சித் தெய்வம் கௌதமபுத்தரின் தாயான தாராதேவி வழிபாட்டிலிருந்து தோன்றியிருக்க வேண்டும் எனக் கருதுகின்றனர். தமிழ்நாட்டுச் சிற்றூர்களில் இன்றளவும் காமாட்சித் தெய்வம் சிறு தெய்வமாகவே கருதப்படுகின்றது. காஞ்சிபுரத்தில் மட்டுமே இது வைதீக சமயத் தெய்வமாகும். தமிழ்நாட்டில் தெலுங்கு மொழி பேசும் பொற்கொல்லர்கள் பங்காரு காமாட்சி (தங்கக் காமாட்சி) என்னும் தெய்வத்தையே குல தெய்வமாக வழிபடுகின்றனர் என்பதும் இங்கே குறிப்பிடத்தக்கது.

சங்க காலத்துக் கோயில்கள் பெரும்பாலும் மண்ணாலும் செங்கற்களாலும் மரச்சட்டங்களாலும் அமைக்கப்பட்டிருந்தன. பக்தி இயக்க எழுச்சியின்போது இவையும் பெருந்தெய்வக் கோயில்களைப் போலக் கற்கோயில்களாக மாற்றப்பட்டதுண்டு. சங்க இலக்கியங்களில் கோயில்களைக் குறிக்க வரும் 'கோட்டம்' என்ற சொல் கி.பி. 8, 9ஆம் நூற்றாண்டு வரை தமிழ்நாட்டில் வழங்கி வந்திருக்கின்றது. இவற்றுள் 'காமக்கோட்டம்' என்ற சொல்லே தாய்த் தெய்வக் கோயில்களைக் குறித்ததாக இருக்க வேண்டும். காஞ்சிபுரம் காமாட்சியம்மன் கோயில் இன்றளவும் 'காமக் கோட்டம்' என்றே வழங்கப் பெறுகின்றது. பார்ப்பனச் சொல்லாடல் இதனையே 'காமகோடி' என்று தன்மயமாக்கி வைதீகமயப்படுத்தி இருக்கின்றது.

9ஆம் நூற்றாண்டுக் கல்வெட்டுகள் சிலவற்றில் 'காமக் கோட்டம் அழித்தார் பட்ட பாவம்' என்ற தொடர் காணப்படுகின்றது. இது, ஏதோ சில காரணங்களுக்காகக் காமக் கோட்டங்கள் என்னும் "தாய்த் தெய்வக் கோயில்கள்" அழிக்கப்பட்ட வரலாற்று உண்மையை உணர்த்துகின்றது. அவை, தந்தைத் தெய்வக் கோயிலாக மாற்றப்படுவதற்காக வைதீக சமயத்தவரால் அழிக்கப்பட்டிருக்கலாம். பொதுவாக பக்தி இயக்கம் ஆணாதிக்க உணர்வினை முன்னிலைப்

படுத்தியதே இதற்குக் காரணமாக இருக்க வேண்டும். தாய்த் தெய்வக் கதைகளும் சடங்குகளும் பலமுனைப்பட்டவையாக அமைகின்றன. அவற்றுள் பெரும்பாலானவற்றில் மக்களைக் காப்பாற்றுவதற்காகத் தாய்த் தெய்வம் ஆயுதம் ஏந்துவதையோ அருள் செய்வதையோ வழக்கமாகக் கொண்டுள்ளன. பொதுவாகத் தாய்த் தெய்வங்கள் ஆறாத சினம் கொண்டவை. எனவேதான் அவை அக்கினி மகுடம் (நெருப்புச் சுவாலையால் ஆன தலையணி) உடையனவாகக் காணப் படுகின்றன. விதிவிலக்காகத் தாய்த் தெய்வக் கதைகள் கொலை செய்த கணவனைப் பேயாக வந்து பழி வாங்கிய 'நீலி' என்னும் இயக்கி கதையினையும் அழுக்குக்கும் வறுமைக்கும் அடையாளமான, ஒரு காலத்தில் பரவலாக வழிபடப் பெற்ற 'மூதேவி' தெய்வ வழிபாட்டினையும் ஏற்றுக்கொண்டது ஆய்வுக்குரிய செய்தியாகும்.

இதுபோலவே, 'மாகாளம்' என்னும் வழிபாட்டுத் தலங்களைத் தமிழக வரலாற்றில் பார்க்கிறோம். உஞ்சேனை மாகாளம், அம்பர் மாகாளம் எனச் சில மாகாளத்தலங்கள் தேவாரத்தில் குறிக்கப் படுகின்றன. மாகாளி, உஜ்ஜயினி மாகாளி ஆகிய பெயர்களோடு (உச்சினி) மாகாளி என்னும் தாய்த் தெய்வ வழிபாடும் தமிழ்நாட்டில் பரவலாகக் காணப்படுகின்றது. வடநாட்டில் உள்ள உஜ்ஜயினி, ஒரு மாகாளத் தலமாகும். இத்தலத்தில் உள்ள காளி தேவியே காளிதாசனுக்குக் கவிஞனாக வரங்கொடுத்தவள். தமிழ்நாட்டில், 'காளி' என்ற சொல்வழக்கு முதன் முதலில் சிலப்பதிகாரத்திலேயே காணப்படுகிறது. எனவே காளி வழிபாட்டுத் தலங்களான மாகாளத் தலங்களும் பின்னர் தந்தைத் தெய்வக் கோயில்களோடு சைவப் பெருஞ்சமயத்தில் இணைக்கப்பட்டிருக்க வேண்டும்.

வட்டாரம், சாதி ஆகியவற்றைத் தவிர்த்துவிட்டு தாய்த் தெய்வங்களைப் பற்றி ஒரு பறவைப் பார்வை செலுத்தினால் அடிப் படையான சில பொதுக் கூறுகளை நம்மால் இனங்காண முடி கின்றது. பெருந்தெய்வக் கோயில்களைப்போல வரையறுக்கப்பட்ட விழாநாட்கள் அங்கே முக்கியத்துவம் பெறுவதில்லை. மாறாக, சடங்குகளே தாய்த் தெய்வக் கோயில்களில் முதன்மை பெறுகின்றன; அங்கு நடைபெறும் கொண்டாட்டங்களில் செல்வாக்கு செலுத்து கின்றன. எனவே தாய்த் தெய்வங்கள் பெரும்பாலும் சடங்கியல் சமயச் சார்பையே வெளிப்படுத்துகின்றன. தாய்த் தெய்வ வழி பாட்டின் தொன்மைக்கு இஃதொரு வலிமையான சான்றாகும். பெருஞ்சமயப் புயலுக்குள் சிக்காமல் தாய்த் தெய்வங்கள் தனித்து நிற்பதற்கும் இதுவே வலிமையான காரணமாகும்.

தாய்த் தெய்வ வழிபாட்டின் மூல வடிவமான 'யோனி'த் தெய்வ வழிபாடு இன்னும் தமிழ்நாட்டுக் குடும்பங்களில் நடைமுறையில் உள்ளது என்பது நமக்கு வியப்பான செய்தியாகும். இத்தெய்வத்துக்கான வடிவங்கள், முகம் இல்லாமல் (முகத்துக்குப் பதிலாகத் தாமரை உள்ள) ஒன்றிரண்டு மட்டுமே நமக்குக் கிடைத்

துள்ளன. பெரும்பாலான தமிழர் வீடுகளில் (பிறந்த குழந்தை உயிரோடு இருந்தால்) வீட்டின் உள்ளாகவோ வீட்டின் பின்புற மாகவோ மகப்பேற்றுத் தீட்டைக் கழிப்பதற்குச் செய்யும் சடங் கானது யோனித் தெய்வ வழிபாடே ஆகும்.

தாய்த் தெய்வ வழிபாட்டின் மற்றுமொரு கூறு அத்தெய்வம் தன்னுடைய ஆற்றலை ஆண்டுதோறும் புதுப்பித்துக் கொள்வது ஆகும். விசயநகர ஆட்சியின் வருகைக்கு முன்னர் தமிழ்நாட்டு அம்மன் கோயில்களில் எருமைத் தலை அரக்கனைக் கொல்லும் நவராத்திரித் திருவிழா நடைபெற்றதற்கு நமக்குத் தெளிவான வரலாற்றுக் குறிப்புகள் ஏதும் இல்லை. விதிவிலக்காக இளங் கோவடிகள் மட்டும், கொற்றவையினை 'கானத்து எருமைக் கருந் தலை மேல் நின்றாயால்' எனக் குறிப்பிடுகிறார். ஆனால் ஆண்டுக்கு ஒருமுறை கோடைக் காலத்தில், 'சூறை' என்னும் திருவிழா நடைபெற்றது (இன்றும் தென்மாவட்டங்களில் சில ஊர்களில் நடத்தப்படுகின்றது). இந்தத் திருவிழாவில் குறிப்பிடத் தகுந்த நிகழ்வு ஒன்று உண்டு. அதாவது, தாய்த் தெய்வத்தை அந்த நாளில் அதற் குரிய கோயிலில் வழிபடாமல் ஊர்ப் பொதுவிடத்தில் அல்லது மந்தையில் ஒருநாள் தற்காலிகமாகத் திருநிலைப்படுத்துகிறார்கள்: வழிபாடு செய்கின்றார்கள். இத் திருவிழாவில் தெய்வ உருவம் ஊர்வலமாக எடுத்துச் செல்லப்படுவதில்லை. அதற்கு மாற்றாக கோமறத்தாடியே (முதல் சாமியாடியே) தெய்வத்தின் பிரதிநிதியாக ஊரினைச் சுற்றி வருகின்றார். தெய்வத்திற்குக் கூழ் சமைத்துப் படைக்கப்படுகின்றது. பின்னர் அக்கூழ் ஊர்மக்கள் அனைவருக்கும் பகிர்ந்தளிக்கப்படுகின்றது. தாய்த் தெய்வத்திற்கான ஊட்டு விழாவாகப் பெருமளவு இவ்விழாவினைக் கருதலாம்.

தாய்த் தெய்வத்தின் தோற்றக் கூறுகளில் சிலவும், வழிபாட்டின் பொதுக் கூறுகளில் சிலவுமே இக்கட்டுரையில் காட்டப்பட்டுள்ளன. தமிழகம் முழுவதும் தாய்த் தெய்வத்தின் தனித்த கூறுகள் பெருநூல் அளவுக்குப் பேசப்பட வேண்டியவை.

இனி, இத்தாய்த் தெய்வங்களின் பெயர்களில் சிலவற்றைக் குறிப்பிட்டுக் காணலாம். இப்பெயர்கள் வைதீகச் சார்பின்றித் தாய்த் தெய்வத்தின் தனியாளுமையினை விளக்கக்கூடிய பெயர்களாகும். 'வெயிலுகந்தாள்', 'கருக்கினிலமர்ந்தாள்', 'வாள்மேல் நடந்தாள்' என்பவை அவற்றுள் சிலவாகும். இவற்றுள் வெயிலுகந்தாள் என்பது வெயில் (கோடை) காலத்தில் வெப்பு நோயை வழங்குகின்ற 'மாரி'யம்மனுக்கு மக்கள் வழங்கிய மற்றொரு பெயராகும். 'கருக்கினில் அமர்ந்தாள்' என்பது பனை மரத்தில் குடியிருப்பதாக நம்பப்பெறும் ஒரு தாய்த் தெய்வத்தின் பெயராகும். 'வாள்மேல் நடந்தாள்' என்பது போர்த் தெய்வமான தாய்த் தெய்வத்தைக் குறிக்க எழுந்த பெயராகும். அரசர்கள் போருக்குப் புறப்படுவதற்கு முன்னர் வாளினையும் குடையினையும் வடதிசையினை நோக்கி வைப்பதான

குறிப்புகள் இலக்கியங்களில் காணப்படுகின்றன. இது சடங்கு நிகழ்வாக இருத்தல் வேண்டும். எனவே 'வாள்மேல் நடந்தாள்' என்பது மன்னர்களின் காலத்தில் கொற்றவையின் பெயராக இருத்தல் வேண்டும்.

இதுபோன்ற பெயர் வழக்குகள் தமிழ்நாட்டில் வட்டார வேறுபாடு உள்ளனவாக அமைந்திருக்கின்றன. தென் தமிழ் நாட்டில் அம்மன் என்பதாக முடியும் பெயர்கள் தமிழ்நாட்டில் வடபகுதியில் 'ஆயி' என்பதாக வழங்கப்பெறுகின்றன. எடுத்துக் காட்டாக, 'குழுமாயி', 'பூமாயி', 'பெரியாயி', 'சிலம்பாயி' என்பவற்றைக் குறிப்பிடலாம்.

இன்னும் சில தாய்த் தெய்வங்கள் குறிப்பிட்ட மக்கள் திரளுக் குரியவையாக அமைகின்றன. இன்று, அவை பொதுப்பட எல்லோராலும் வணங்கப்படுகின்றன. என்றாலும் குறிப்பிட்ட சில சாதியாருக்கு அவை பெரிய அளவில் 'உணர்வு உரிமை' உடையன வாகக் காணப்படுகின்றன. எடுத்துக்காட்டாக, தமிழ்நாட்டில் 'பத்திரகாளி' அம்மனைப் பெருமளவு நாடார் சாதியினரே வணங்கு கின்றனர். 'பத்ரம்' என்ற வடமொழிச் சொல்லுக்கு ஓலை என்பதே பொருளாகும். நாடார் என்று இக்காலத்தில் அறியப்படும், மரபு வழியாகப் பனைத் தொழிலோடு தொடர்புகொண்ட மக்கள் திரளின் 'கணத்' தெய்வமாக இத்தெய்வம் தோன்றியிருக்க வேண்டும். அதுபோலவே ஆசாரி என்று அறியப்படும் கம்மாளச் சாதியினர் பெரும்பாலும் 'காமாட்சி' அம்மனைக் குடித்தெய்வமாகக் கொண்டுள்ளனர். இவர்களில் தெலுங்கு பேசுபவரே பங்காரு (தங்கம்) காமாட்சியை வணங்குபவர்கள். இவ்வாறாகத் தமிழ்நாட்டில் பல நூறு தாய்த் தெய்வங்களை அடையாளம் காணமுடியும். தமிழ்நாட்டில் பரவலாக அறியப்படும் மற்றொரு தாய்த் தெய்வத்தின் பெயர் 'லோகநாயகி', 'லோகாம்பாள்' என்பதாகும். இது மேலோர் மரபு சார்ந்த தெய்வப் பெயர் போலவே தோன்றுகின்றது. தென் மாவட்டங்களில் இப்பெயரே உலகம்மை, உலகநாயகி என்று வழங்கப்படுகின்றது. இப்பெயர்க்குரிய தெய்வங்கள் அரச குடும்பத்தையோ அரசு அதிகாரிகள் குடும்பத்தையோ சேர்ந்தவை யாகவோ இருக்க வேண்டும். இவை ஏதோ ஒரு காரணத்தால் சமாதி (பள்ளிப்படை) செய்யப்பெற்ற அரச குடும்பத்துப் பெண்களை வழிபடுவதற்காக உருவாக்கப்பட்ட கோயில்களாகும். எளிய குடிமக்களில் பெண்களுக்காகச் சமாதிக் கோயில் எழுப்பும் வழக்கம் இல்லை. அரசதிகாரம் சார்ந்த குடும்பத்துப் பெண்களுக்கு மட்டும் விதிவிலக்காக இவ்வகைக் கோயில்கள் அமைந்திருக்கின்றன.

மேற்கூறியவை அனைத்தும் கோயில்களில் இருநிலைப்படுத்தி வணங்கப்பெறும் தாய்த் தெய்வங்களாகும். கோயில் என்றொரு இடமின்றி வழங்கப்பெறும் வீட்டுத் தெய்வங்களும் உண்டு. அவை பற்றி அடுத்துக் காணலாம். பொதுவாக, தமிழ்க் குடும்பங்களில்

திருமணம் போன்ற நன்னிகழ்ச்சியை எதிர்கொள்கின்றபோது குறிப் பிட்ட சில தெய்வங்களை வணங்குகிற மரபு ஒன்று நடைமுறையில் இருக்கிறது. இவ்வாறு வழிபடப்பெறும் தாய்த் தெய்வங்கள் மானிடப் பெண்ணாக வாழ்ந்து மறைந்தவையாகும். திராவிட மொழி பேசும் மக்களிடத்தில் தாய்த் தெய்வ வழிபாட்டு உணர்வு மிக ஆழமாக வேரூன்றியுள்ளது என்பதனை வேறுசில சான்றுகளாலும் அறிய முடிகின்றது.

கத்தோலிக்கக் கிறித்தவமதம் தென் தமிழ்நாட்டுக் கடற்கரையில் கி.பி. 16ஆம் நூற்றாண்டின் தொடக்கத்தில் கால் கொண்டது. தேவகருவாக ஒரு மானிடத்தாய் வயிற்றில் உருவாகியவர் இயேசு நாதர். மனிதனுக்காக மண்ணில் தன் பாடுகளைக் கழித்துவிட்டு மணவாழ்க்கையின்றி விண்ணுலகை எய்தியவர். தமிழ்நாட்டுக் கத்தோலிக்கக் கிறித்துவத்தில் இயேசு நாதரைப் போலவே அவரு டைய தாய் மரியாளும் வழிபடப்படுகிறார். தொடக்க கால கத்தோலிக்கக் கிறித்தவமதப் பரப்புநர்கள் திராவிடப் பண்பாட்டில் தமிழ் மண்ணின்–தாய் வழிபாட்டுணர் வினை நன்றாக உள்வாங்கிக் கொண்டனர். திருச்சி மாவட்டம் ஏலாக்குறிச்சியில் தூய மரியாளின் பெயரில் 18ஆம் நூற்றாண்டில் ஒரு கோயிலைக் கட்டினார் வீரமாமுனிவர். பெஸ்கி எனும் இயற்பெயருடைய அவர் இத்தாலி நாட்டுக்காரர். தான் கட்டிய கோயிலில் தாய் மரியாளுக்கு அவர் ‘பெரிய நாயகி! என்ற பெயரிட்டார். அவர் அங்கு அமைத்த குடி யிருப்பிற்கு, ‘அன்னையின் காவலில் உள்ள ஊர்’ எனப் பொருள் படுமாறு ‘திருக்காவலூர்’ என்று பெயரிட்டார். தமிழ்நாட்டில் கிராமப் புறங்களில் அமைந்த தொடக்ககால கத்தோலிக்கக் குடியிருப்புகள் பல ‘காவனூர்’, ‘காவலூர்’ என்று பெயரிடப்பட்டன. ‘காவல் உணர்வு’ என்பது தாய்த் தெய்வம் வழங்குகின்ற பாதுகாப்பு உணர்வாகும். வீரமாமுனிவர் ‘அன்னை அழுங்கல் அந்தாதி’, ‘திருக்காவலூர்க் கலம்பகம்’, ‘பெரியநாயகி பேரில் பதிகம்’ ஆகிய நூல்களையும் அப்பெரியநாயகி பேரிலேயே பாடினார். “உருவில்லா உருத்தாங்கி உலகிலொரு மகனுதிப்ப கருவில்லாக் கருத்தாங்கி கன்னித்தாய் ஆயினையே” என்றும் பெரியநாயகியைப் பாடினார் அவர். பெரிய நாயகி என்பது பழைய தாய்த் தெய்வத்தை நினைவுபடுத்தும் பெயராகும். முத்தாரம்மன், முத்தியாலு அம்மன் ஆகிய பெயர்களும் அவ்வாறு அமைந்தவையே. முதலாம் இராசராசன் கட்டிய தஞ்சைப் பெரிய கோயிலில் அம்மனின் பெயர் பெரியநாயகியே ஆகும். இந்த உணர்வோடுதான் கத்தோலிக்கக் கிறித்துவத் தேவாலயங்களை, கிறித்துவர் அல்லாத மக்கள் ‘இயேசு கோயில்’ என்பதற்குப் பதிலாக ‘மாதா கோயில்’ என்று பெயரிட்டழைத்து வருகின்றனர்.

வைதீகச் சார்பற்ற எளிய தமிழ் மக்கள் இவ்வாறு பிற சமயத் தெய்வங்களையும் தமதாக ஏற்றுக்கொள்ளும் சனநாயகத் தன்மை

உடையவர்களாக இருந்தார்கள்; இருக்கின்றார்கள். நெல்லை, குமரி மாவட்டங்களில் பரவலாக வணங்கப்பெறும் இசக்கியம்மன் ஒரு சமண சமயத்தெய்வமாகும். சமணமதம் தென்தமிழ்நாட்டில் கி.பி. 13ஆம் நூற்றாண்டுக்குப் பின்னர் பூண்டற்றுப்போயிற்று. ஆனால், 'அம்பிகா யக்ஷி' என சமணப் புராணங்களில் கூறப்பெறும் இசக்கியம்மன் மட்டும் அதே பெயரிலும் பகவதியம்மன் என்ற பெயரிலும் பல சிற்றூர்களில் இன்றளவும் வழிபடப் பெறுகின்றது. இதனைப்போலவே தமிழ்நாட்டின் வட மாவட்டங்களில் வழிபடப் பெறும் பொன்னியம்மனும் 'ஜ்வாலா மாலினி' என்ற சமண சமயப் பெண் தெய்வமே ஆகும். சமண மதம் வேரற்றுப் போனாலும் அம்மதம் உருவாக்கி வைத்திருந்த தாய்த் தெய்வங்களை வைதீகத் திற்கு அடிமைப்படாத எளிய மக்கள் – குறிப்பாகப் பெண்கள் – தங்களுடைய வழிபாட்டுக்குரிய தெய்வங்களாக ஏற்றுக்கொண்டு அக்கோயில்களைப் பேணிக் காத்து வருகின்றனர்.

தமிழ்நாட்டில் பரவலாக வழிபடப்படும் தாய்த் தெய்வங்களை ஏழெட்டு வகைகளுள் அடக்கிவிடலாம். முதலாவது வகை. ஊர்ப் பொதுத் தெய்வமாக அமைந்தவை. நான்கு அல்லது எட்டுக் கைகளோடு அமைந்து எல்லாக் கைகளிலும் ஆயுதங்கள் ஏந்தி எருமைத்தலை அரக்கனைக் கொன்றொழிப்பவை. இக்கோயில்கள் விதிவிலக்காக அன்றி வடக்கு நோக்கியே அமைந்திருக்கும். ஊரின் நடுவிடம் அல்லது மந்தையே இத்தெய்வங்களின் இருப்பிடமாக அமையும். இரண்டாவது வகையாக மாரியம்மனைக் குறிப்பிடலாம். 'மாரி' என்ற சொல்லுக்கு மழை என்று பொருள். முறையான ஊர் வழிபாடு பெறாத காலத்தில் இத்தெய்வம் சினங்கொண்டு மழை யினை நிறுத்திவைத்துவிட்டு வெப்பு நோயினைப் பரப்பிவிடும். மனிதர்களோடு மட்டுமன்றிக் கால்நடைகளுக்கும் இத்தெய்வம் வெப்பு நோயை (கோமாரி) வழங்கித் தண்டிக்கும். அக்கினி மகுடம் கொண்ட இத்தெய்வத்திடம் அடியவர்கள் தாங்கள் அக்கினிச்சட்டி ஏந்தித் தங்களை ஒறுத்துக்கொண்ட அருள் வேண்டி நிற்பது வழக்கம்.

இருட்டிலும் தன்னை வழிபடும் மக்களின் கனவிலும் மட்டும் வாழும் பேச்சி (பேய்ச்சி) அல்லது 'வனப்பேச்சி' அம்மன் மக்களை அச்சுறுத்தும் வகையினைச் சார்ந்தது. இத்தெய்வத்தினை அமைதிப் படுத்த கோழி போன்ற சிறுவகை இரத்தப் பலிகள் கொடுக்கப் படுவதும் வழக்கம். 'பே' என்ற தமிழ் வேர்ச் சொல்லுக்கு அச்சம் என்பது பொருளாகும்; இது மூன்றாவது வகையாகும்.

மற்றொரு வகைத் தெய்வங்கள் பத்தினியம்மன், தீப்பாய்ச் சியம்மன் என்ற பெயரில் பாலியல் வன்முறைக்கு ஆளானவை யாகும். இன்னுமொரு வகைத் தெய்வங்கள் குறிப்பிட்டுச் சொல்லப் பட வேண்டியவை. மறைந்துவிட்ட சாக்த வழிபாட்டின் எச்சங் களாகவும் காபாலிக, காளாமுக வழிபாட்டோடு தொடர்புடைய

தாகவும் இவை கருதப்படுபவை. இத்தெய்வங்களுக்கான வழிபாடுகள் பெரும்பாலும் சடங்குகளாக அமைகின்றன. இச்சடங்குகள் சுடுகாடு அல்லது சுடுகாட்டின் அண்மையில் நிகழ்த்தப்படுவதும் இவற்றில் மனித எலும்புகள் இடம் பெறுதலும் ஆராய்ச்சிக்குரியவையாகும். இத்திருவிழாக்கள் சில இடங்களில் 'மயானக் கொள்ளை' அல்லது 'மயானக் கொல்லை' என அழைக்கப்படுகின்றன. கோவை மாவட்டத்தில் நிகழ்த்தப்பெறும் 'மசானி'அம்மன் வழிபாடும் இந்த வகையைச் சார்ந்ததாகும். 'ஸ்மசானம்' என்ற வடசொல்லே மசானம் – மயானம் – மாசானம் – மாசானி என மாறிமாறித் திரிந்து வந்துள்ளது. தென் மாவட்டங்களில் மாசானம் என்பது ஆண்பாற் பெயராகவும் வழங்கி வருகின்றது. இவற்றைச் சுடலைத் தெய்வங்கள் என்று வகைப்படுத்தலாம்.

தமிழகத்தின் தாய்த் தெய்வங்களில் தனித்துப் பேசக்கூடிய பிறிதொரு வகை, தெலுங்கு மக்களோடு தமிழ்நாட்டுக்குக் குடி பெயர்ந்து வந்த தெய்வங்களாகும். முத்தியாலம்மன், ரேணுகாதேவி, சீதளாதேவி, எல்லம்மன் (எல்லையம்மன்) ஆகியவை இந்த வகை யினைச் சேர்ந்தவையாகும். இவற்றுள் சீதளா(குளிர்ந்த) தேவி என்பது மாரியம்மனின் தெலுங்கு வடிவமாகும். வண்ணார் வீட்டில் வளர்க்கப்பெறும் முளைப்பாரியோடு வணங்கப்பெறும் ரேணுகா தேவி மாரியம்மன் மாற்று வடிவமாகும்.

மூத்தாயி (மூத்த ஆய்) அல்லது முத்தாயி, முத்தாச்சி 'அரியநாச்சி', 'அரியாக் கிழவி' ஆகிய பெயர்களில் வழங்கப்படும் தெய்வங்களையும் நோக்க வேண்டும். இவற்றை வழிபடுவோருக்குக் குறைந்தது நான்கைந்து தலைமுறைகளுக்கு இவை முற்பட்ட வையாம். நினைவுகளை மட்டுமே முன்னிறுத்திக் கொண்டு இவ்வகைத் தாய்த் தெய்வங்களை அக்குடும்பத்தினர் தங்கள் 'குலமுதல்வி'யாகக் கொண்டாடுகின்றனர். மிகச்சில இடங்களில் அரியாக்கிழவி என்ற பெயரோடு குலதெய்வக் கோயில்களில் இத்தெய்வங்களுக்குச் சிறு சிலை வடிவில் ஓர் இடம் அளிக்கப் படுவதும் உண்டு. குடும்பத் தெய்வங்களில் மற்றொரு வகை 'கன்னி' ஆகும். பூப்பெய்தும் பருவத்திலோ, பூப்பெய்திய பிறகோ, இளவயதில் இறந்துபோன பெண்கள் குடும்பத்திற்குரிய கன்னித் தெய்வமாக்கப் படுகின்றனர். இவற்றுக்குப் படைக்கப்படும் சிற்றாடைகளுக்குக் 'கன்னிச் சிற்றாடை' என்று பெயர். மஞ்சள் வண்ணத்தில் சிவப்புக் கரைகளோ கட்டங்களோ இடப்பட்ட, ஏறத்தாழ மூன்று முழம் உள்ள சிறுவகைச் சேலையாகும் இது. விசயநகர ஆட்சிக் காலத்தில் பாவாடையும் ஆங்கிலேயர் காலத்தில் கவுனும் அறிமுகம் ஆவதற்கு முன்னர் தமிழகத்துப் பெண்பிள்ளைகள் இவ்வகையான ஆடை யையே அணிந்திருந்தனர். மூன்றாவது வகையான குடும்பத் தெய்வங்கள் சற்று ஆழமான பார்வைக்கு உரியனவாகும். திருமணமாகிக் குழந்தை பெற்று மிக இளவயதில் இறந்துபோன

பெண்களும் குடும்பத் தெய்வங்கள் ஆவார்கள். இவ்வகைத் தெய்வங் களுக்குப் பொதுவாக வழங்கும் பெயர் 'மாலையம்மன்' ஆகும். 'கன்னித் தெய்வமல்ல', 'மணமாலை சூடியவள்', 'பெற்றுப் பெருகிய வள்' என்பதே இங்கு மாலை என்ற சொல் உணர்த்தும் பொருளாகும். திருமணம் உறுதி செய்யப்பட்டுவிட்டால் 'பெண்ணுக்கு மாலை பூத்துவிட்டது' என்ற சொல்லாடலைத் தென்மாவட்டங்களில் இன்றும் நிறையவே கேட்கலாம்.

தமிழகத்தின் தாய்த் தெய்வ வழிபாடு நூற்றுக்கணக்கான பரிமாணங்களை உடையது. இப்பரிமாணங்கள் அத்தெய்வங்கள் வழிபடப்பெறும் வட்டாரத்தின் சமூக அரசியல் வரலாற்றோடு தொடர்புடையன. இவ்வரலாற்று அசைவுகளை அளந்தறியவும் எழுதிக் காட்டவும் ஆய்வாளர்களும் நூற்றுக்கணக்கில் தேவைப் படுகின்றனர். இத்தேவை நிறைவு செய்யப்படும்போதுதான் தமிழகச் சமுதாய வரலாற்றின் உறுதியான அடித்தளம் கட்டியமைக்கப் பெறும் என்பதில் ஐயமில்லை.

பழையனூர் நீலி கதை

தமிழ் இலக்கியங்கள் காலந்தோறும் ஒருதலைச் சார்பான கருத்து நிலையினையே பெரும்பாலும் காட்டியிருக்கின்றன. அவற்றின் தொகுப்பு முறையும் அவ்வாறுதான் அமைந்துள்ளது. விதிவிலக்காகவே சில வரலாற்று நிகழ்வுகளும் துணுக்குகளும் தமிழ் இலக்கியங்களில் அங்கங்கே பதிவு செய்யப்பட்டுள்ளன. அவற்றுள் ஒன்று பழையனூர் நீலி கதை.

கி.பி. ஏழாம் நூற்றாண்டில் வாழ்ந்த திருஞான சம்பந்தர் இக்கதையினை மெலிதாகத் தம் தேவாரத்தில் பதிவு செய்து வைத் திருக்கிறார்.

வஞ்சப்படுத்தொருத்தி வாணாள்கொள்ளும் வகைகேட்(டு)
அஞ்சும் பழையனூர் ஆலங்காட்டு எம் அடிகளே

(திருவாலங்காட்டுப் பதிகம்)

பழையனூர் நீலி கதை குறித்த முதல் எழுத்துப் பதிவு இதுவே யாகும். நீலி கதைக்குச் சில பாட வேறுபாடுகள் இருப்பினும் கதையின் சுருக்கம் இதுவே: காஞ்சிபுரத்து வணிகன் ஒருவன் தன்னுடைய முதல் மனைவியை வஞ்சகமாகக் கொன்றுவிட்டான். இரண்டாம் திருமணம் செய்து வாழ்ந்து வந்த அவன், வணிக நோக்கமாகப் பழையனூர் வழியாகப் பயணம் செய்கிறான். பழையனூர் என்பது திருவாலங்காட்டை அடுத்த ஊராகும்.

கொலை செய்யப்பட்ட அவன் முதல் மனைவி பேயாக மாறி அவனைப் பழிவாங்கத் துடிக்கிறாள். அவனுடைய மனைவி போல் உருமாற்றம் பெற்று, ஒரு கரிக்கட்டையைப் பிள்ளையாக்கி இடுப்பில் வைத்துக்கொண்டு கணவனை வழிமறிக்கிறாள். அவன் அவளை மனைவியென ஏற்றுக்கொள்ள மறுக்கவே வழக்கு திருவாலங்காட்டு வேளாளர்கள் முன் வருகிறது. நீலி ஆறாகக் கண்ணீர் வடிக்கிறாள். வணிகனோ, 'இது வஞ்சப் பேய்' என்று கூறி மறுக்கிறான். நீலியின் கையிலுள்ள குழந்தையோ வணிகனை 'அப்பா' என்று அழைக்கின்றது. செய்வதறியாது திகைத்த வேளாளர்கள் நீலியின் அழுகைப் பெருக்கைக் கண்டும் குழந்தை அழைத்ததைக் கொண்டும் அவள் வணிகனின் மனைவியே என்று முடிவு செய்துவிடுகிறார்கள். வணிகனோ இந்தப் பேய் தன்னைக் கொன்றுவிடும் என்று கூறி விடாப்பிடியாக மறுக்கிறான். தீர்ப்பளித்த வேளாளர்களோ 'இவளோடு ஒரு வீட்டில் நீ தங்கு. நீலி பேயாகி உன்னைக் கொன்றால் நாங்கள் எழுபது பேரும் தீக்குளித்து மாள்கிறோம்' என வணிகனுக்குச் சத்தியம் செய்து கொடுக்கிறார்கள். அன்று இரவு அவர்கள் தங்கியிருந்த இடத்தில் நீலிப் பேய் வணிகனைக் கொன்றுவிட்டுக் காணாமல் போய் விடுகிறது. காலையில் வணிகன் மாண்டு கிடப்பதைக் கண்ட வேளாளர்கள் தாங்கள் சொன்ன சொல் தவறாமல் தங்களின் தவறான தீர்ப்புக்காகக் குழிவெட்டித் தீ மூட்டி அதிலே பாய்ந்து உயிர் நீத்தனர்.

நாட்டார் மரபில் நீலியின் கதை வடிவம் மறந்து போய் விட்டாலும் அழுகையும் பொய்யுமான பெண்ணின் கண்ணீருக்கு, 'நீலிக் கண்ணீர்' என்ற தொடர் மட்டும் பெண்களிடத்தில் இன்றளவும் வழங்கி வருகிறது. பொய்யான கண்ணீரின் அளவை நம்ப மறுத்து 'நீலிக்குக் கண்ணீர் நெத்தியிலே' என்ற சொல்லடையும் பெண்களிடத்தில் வழங்கி வருகின்றது.

எழுத்து மரபில் நீலியின் கதை விரிவாகப் பேசப்பட்டது உமாபதி சிவாச்சாரியாரின் சேக்கிழார் புராணத்தில்தான்:

மாறுகொடு பழையனூர் நீலி செய்த
  வஞ்சனையால் வணிகனுயிர் இழப்பத் தாங்கள்
கூறிய சொல் பிழையாது துணிந்து செந்தீக்
  குழியில் எழுபதுபேரும் முழுகிக் கங்கை
ஆறணி செஞ்சடைதிருவா லங் காட்டப்பர்
  அண்டமுற நிமிர்ந்தாடும் அடியின் கீழ் மெய்ப்
பேறு பெறும் வேளாளர் பெருமை எம்மால்
  பிரித்தள விட்டிவள வெனப் பேச லாமோ

என்பது சேக்கிழார் புராணப் பாடலாகும்.

பாடலின் நான்காமடி வேளாளரின் குலப் பெருமை பேசுவதை வெளிப்படையாகவே உணர்த்தி நிற்கிறது.

வேளாளர்கள் எழுபது பேரும் தீப்புகுந்த குழியில் தீ நெடுங் காலம் அவியாமல் எரிந்து கொண்டிருந்ததாம். இந்தச் செய்தியினைக் கேள்விப்பட்ட மூவேந்தர்கள் நேரில் வந்து இந்தக் காட்சியினைக் கண்டு வியந்து, ஆளுக்கொரு பாடலாக மூன்று பாடல்களில் வேளாளர்களின் சொல் தவறாத் தன்மையினைப் புகழ்ந்து பாடுகிறார் கள். இந்த மூன்று பாடல்களையும் தமிழ் நாவலர் சரிதையிலிருந்து எடுத்து மு. இராகவையங்கார் தம்முடைய 'பெருந்தொகை'யில் காட்டுகிறார்.

வேளாளர் பெருமை பேசும் எல்லாச் சிற்றிலக்கியங்களிலும் நீலிக் கதையினை முன்னிறுத்தி வேளாளர்களின் சொல் தவறாத் தன்மை பேசப்படுகிறது.

பக்தி இயக்க எழுச்சியின்போது சைவ, வைணவ மதங்களால் அதற்கு முந்திய கட்டத் தொன்மங்களும் நாட்டார் கதைகளும் சமண பௌத்தக் கதைகளில் சிலவும் தன்மயமாக்கப்பட்டன. பக்தி இயக்கத்தின் அடிக்கூறுகளில் முதன்மையான ஒன்று, வணிகருக்கும் வேளாளர்களுக்குமான முரண்பாடாகும். பக்தி இயக்கத்திற்கு முந்திய பெருங்காப்பியங்களிலும் சிறு காப்பியங்களிலும் ஏதேனும் ஒரு வகையில் வணிகரது பெருமை தவறாது பேசப்படுகின்றது. சமண, பௌத்த மதங்களின் பரவலும் வாழ்க்கையும் பெரும்பாலும் வணிகக் குழுக்களைச் சார்ந்தவையாகவே இருந்தன. பக்தி இயக்கமோ நிலவுடைமையாளர்களின் எழுச்சியாக இருந்தது. எனவே வணிகர் x வேளாளர் என்ற எதிர்வு, மறைமுகமாகத் தமிழ் எழுத்திலக்கியங்களில் பதிவு செய்யப்பட்டுள்ளது. நீலி கதையில் கொலைகார வணிகனும் சத்தியம் தவறாத வேளாளர்களும் எதிர்வு களாக முன்வைக்கப்பட்டுள்ளனர். ஆனால் இரண்டு தரப்பிலும் 'ஆணுக்கடங்கிய பெண்' என்ற பார்வை பொதிந்து கிடப்பதையும் நம்மால் உணர முடிகிறது.

பெண் கல்விக்கு இடமளித்த மதம் சமணம் என்றாலும் பெண்ணுக்குக் 'குறைந்த உயிர்' என்ற தகுதியினையே சமண மதம் கொடுத்தது. அதற்கு எதிராகச் சைவ மதம் கடவுளுக்கு ஆண்பாதி, பெண் பாதியான 'அர்த்தநாரீஸ்வரர்' கோலத்தைக் கற்பித்தது. இந்தக் கற்பிதம் கி.பி. ஏழாம் நூற்றாண்டின் சமுதாய வரலாற்றுத் தேவையாகும். சோழப் பேரரசின் எழுச்சியும் சைவமும் சமணத்தை எதிர்த்தபோதும் அதன் வழியிலேயே ஆணாதிக்கச் சிந்தனைக்குள் புகுந்துகொண்டன என்பதே வரலாறாகும்.

பழிவாங்கத் துடிக்கும் ஆண் தமிழ்ச் சமூகத்தில் வீரனாகவும் தெய்வமாகவும் சித்தரிக்கப்படுகிறான். சுடலைமாடன், கருப்பசாமி,

காத்தவராயன் என ஆண் தெய்வங்களின் வரலாறெல்லாம் அவை தாம். மறுதலையாக, பழிவாங்கத் துடிக்கும் பெண் எந்தச் சமய வாதியாலும் ஏற்றுக்கொள்ளப்பட முடியாதவளாகிறாள். ஆனால் தமிழ் நாட்டார் மரபில் பெண்கள் நீலியின் கதையைப் பேணி வந்திருக்கிறார்கள். பலதார மணம் என்பது தமிழ்ச் சமூகத்தில் இருபதாம் நூற்றாண்டின் நடுப்பகுதிவரை இயல்பான நிகழ்வாக இருந்திருக்கிறது. பெண்களுக்கான சொத்துரிமை மறுக்கப்பட்ட சமூகத்தில் ஒரு பெண்ணுக்குக் கணவனின் தங்கை கொடியவளாகவே தோற்றமளிக்கிறாள். அது போலவே மறுமணம் செய்துகொண்ட கணவனும் மாற்றாளும் (சக்களத்தியும்) மனித மதிப்புக் குறைந்த வர்களாவார்கள். பாலியல் பொறாமையும் சொத்துரிமை மறுப்பும் பெண்களைப் பெண்களே எதிரிகளாக நினைக்கும் சமூக உளவி யலை உருவாக்கி வைத்துள்ளன. எனவேதான் கொலைகாரக் கணவனைப் பழி வாங்கிய நீலி தெய்வமாக்கப்படவில்லை; அதே சமயம் அவள் மறக்கப்படவுமில்லை. இந்த இரண்டுக்குமான இடை வெளி நினைக்கப்பட வேண்டிய ஒன்று.

பிற்காலத்தில் 'பழகை நல்லூர் நீலி' என்னும் பெயரில் தென் மாவட்டங்களில் இசக்கியம்மனோடு அவள் சேர்க்கப்பட்டாள். இச்சேர்க்கை, வில்லுப்பாட்டுப் பாடகர் அளவில் நடந்ததே தவிர வழிபாட்டு அளவில் நடைபெறவில்லை. ஆனாலும் இந்தச் சேர்க் கைக்கான காரணம் குறித்து நாம் சிந்திக்க வேண்டும். இசக்கியம்மன் கதையின் மூலவடிவமான 'அம்பிகாயட்சி' என்ற சமணக் கதையில் அவள் இரண்டு குழந்தைகளோடு கணவனால் கைவிடப்பட்ட பெண் ஆவாள். நாட்டார் மரபில் அவள் உக்கிரம் மிகுந்த 'வாழா வெட்டிப்' பெண்ணாவாள். கணவனால் கைவிடப்பட்ட உக்கிரம் கொண்ட பெண் என்ற அளவில் நீலியினை இசக்கியம்மனோடு சேர்த்துப் பார்ப்பது கதைப்பாடல் பாடகர்களுக்கு எளிதாகப் போய்விட்டது.

உலகம்மன்

தமிழ்நாட்டின் சமூக வரலாற்றினையும் பண்பாட்டு வரலாற்றி னையும் கண்டுணருவதற்குத் துணை நிற்கும் சான்றுகளில் குறிப்பிடத் தகுந்தது தாய்த் தெய்வ வழிபாடாகும். தமிழ்நாட்டில் வணங்கப் பெறும் தாய்த் தெய்வங்களில் மாரியம்மன், காளியம்மன், பொன்னி யம்மன், இசக்கியம்மன், பத்திரகாளியம்மன் போன்றவை போலக் குறிப்பிடத்தகுந்த ஒரு தெய்வம் 'உலகம்மன்' ஆகும். நெல்லை மாவட்டத்தில் பெண் மக்கள் பெயர் வழக்குகளில் 'உலகம்மாள்' என்றும் ஆண்மக்கள் பெயர் வழக்குகளில் 'உலகநாதன்' என்றும்

இப்பெயர் காணப்படுகின்றது. தமிழகத்தின் வடபகுதியில் (தஞ்சை, திருச்சி மாவட்டங்களில்) லோகநாயகி, லோகாம்பாள் என்ற பெயர் வழக்குகள் காணப்படுகின்றன. பொதுவாக இப்பெயர் வழக்கு, பார்ப்பனர் அல்லாதோர்க்கிடையில்தான் காணப்படுகின்றது என்பதை நினைவில் கொள்ளவேண்டும். தமிழகத்தின் சில பகுதிகளில் 'பட்டத்தரசியம்மன்' என்ற பெயரில் ஒரு தெய்வம் காணப்படுகின்றது. உலகத் தலைமையினைக் கொண்டாடும் இந்தப் பெயர் வழக்கில் பெண் பெயராக 'உலகநாயகி' இருப்பது போல ஆண் பெயராக 'உலகநாயகன்' என்பது காணப் பெறவில்லை. 'உலகநாதன்' என்ற பெயரே காணப்படுகிறது.

பொதுவாக, கல்வெட்டுக்களில் அரசன் 'எல்லா நிலத்தையும் வெற்றி கொண்டான்' என்பதைக் குறிக்க சில தொடர்கள் காணப் படுகின்றன. "திருமகள் போலப் பெருநிலச் செல்வியும் தனக்கே உரிமை பூண்டமை மனக் கொள" என்பது முதலாம் இராசராசனின் மெய்க்கீர்த்தியாகும். அவனுக்குப் பின்வந்த சோழ அரசர்களின் மெய்க்கீர்த்திகள் அனைத்துமே 'பூமடந்தை', 'நிலமடந்தை' ஆகிய சொற்களால் நிலம் என்னும் பெண்ணின் மீது அரசன் முற்றுரிமை செலுத்தினான் என்று தவறாமல் குறிப்பிடுகின்றன. சோழ அரசர்களின் மனைவியர்களின் பெயர்கள் 'அவனி முழுதுடையாள்', 'புவன முழுதுடையாள்', 'உலக முழுதுடையாள்', 'தரணி முழுதுடை யாள்', 'மூவுலகுடையாள்', 'திரிபுவனமா தேவி' என்றே குறிக்கப் பெறுகின்றன. நிலத்தின் மீதான முழுதுடைமையினைப் பெயரளவி லேனும் அரசியர் கொண்டாடினர் அல்லது அரசர்கள் தங்கள் மனைவியர் பெயரின் மூலம் நிலத்தின் மீதான தங்கள் முழு அதிகாரத்தைப் பறைசாற்றிக் கொண்டனர் என்பதே இதன் பொரு ளாகும்.

அரசர்கள் புதைக்கப்பட்ட அல்லது எரிக்கப்பட்ட இடத்தில் பள்ளிப்படை ஆலயங்கள் எழுப்பும் வழக்கத்தைச் சோழ அரசர்கள் தொடங்கி வைத்தனர். முதலாம் ஆதித்தனின் பள்ளிப் படைக் கோயில் 'ஆதித்தேசுவரம்' என்றும் அரிஞ்சய சோழனின்பள்ளிப் படைக் கோயில் 'அரிஞ்சிகை ஈசுவரம்' என்றும் வழங்கப்பட்டன. முடிசூடி ஆண்ட எல்லா அரசர்களுக்குமே பள்ளிப்படைக் கோயில் கள் எழுப்பப்பட்டிருக்க வேண்டும். ஆனால் இன்று அவற்றை முழுமையாக அடையாளம் காண இயலவில்லை. அரசர்களைப் போலவே அரசியர்க்கும் சிறு அளவிலேனும் பள்ளிப்படைக் கோயில்கள் எழுப்பப் பெற்றிருக்க வேண்டும். ஆண்களின் பள்ளிப் படை (சமாதி) யின் மீது சிவலிங்கத் திருமேனி நாட்டுவது போலப் பெண்களின் பள்ளிப்படை (சமாதி) யின் மீது சிவலிங்கத் திருமேனி நாட்டுவது வழக்கத்தில் இல்லை. எனவே அவை ஆகம ரீதியாக

ஒழுங்குபடுத்தப்பட்டு சிவன் கோயிலாகும் வாய்ப்பு இல்லாமல் போயிற்று. இவ்விடத்தில் குறிக்கத்தகுந்த மற்றுமொரு செய்தி, கைம்பெண்ணாக (விதவையாக) இறந்த பெண்களைத் தெய்வமாகத் திருநிலைப்படுத்தும் மரபு நமது குடும்பங்களிலும் இன்றுவரை இல்லை. எனவே, அரசன் மனைவியாக இருந்தாலும் மங்கலப் பெண்ணாக இருந்தால் மட்டுமே பள்ளிப்படைகள் எழுப்பப்பட்டி ருக்க வேண்டும். பொதுவாக, பெண்கள் அம்மை நோயினால் இறந் திருந்தால் அவர்கள் மாரியம்மனாக திருநிலைப்படுத்தப்படுவது மரபாகும். இதற்கு அரசன் வீட்டுப் பெண்களும் விலக்கில்லை. சோழப் பெருந்தேவி ஒருவரின் பள்ளிப்படைக் கோயிலாகவே புகழ் பெற்ற சமயபுரம் மாரியம்மன் கோயில் இருக்க வேண்டும் எனப் பண்பாட்டு ஆய்வாளர்கள் மதிப்பிடுவர்.

பெருஞ்சாலை, ஊர்தி, பாலங்கள் என்றவாறு போக்குவரத்து வசதியற்ற அக்காலங்களில் அரசர்களோ அரசியரோ தலைநகர்க்கு வெளியே பிற ஊர்களில் இறந்திருந்தால் உடலை அங்கிருந்து தலை நகருக்கோ அரண்மனைக்கோ கொண்டுவர வாய்ப்பில்லை. நெடுந் தொலைவு சென்று நடந்த போர்களில் அரசன் இறந்திருந்தாலும் இதே நிலைமைதான். எனவேதான் சோழர்காலக் கல்வெட்டுக்கள் 'தொண்டைமான் ஆற்றூர்த் துஞ்சிய தேவர்', 'காஞ்சிபுரத்து பொன்மாளிகைத் துஞ்சிய தேவர்' என்று அரசர்கள் இறந்த இடங்களைக் குறிப்பிடுகின்றன. அருப்புக் கோட்டைக்கு அருகிலுள்ள சுந்தரபாண்டியம் (பள்ளிமடம்) என்னும் ஊரிலுள்ள கோயில் 'சோழன் தலைகொண்ட கோவீரபாண்டியனின்' அண்ணன் சுந்தர பாண்டியனின் பள்ளிப்படைக்கோயில் என்று கல்வெட்டு அறிஞர் வேதாசலம் கண்டுபிடித்துள்ளார். எனவே இதன் காலம் கி.பி. பத்தாம் நூற்றாண்டு ஆகும்.

நெல்லை மாவட்டத்தில் வள்ளியூரிலும் தாழையூத்து அருகில் ஒன்றுமாக இரண்டு பெண் தெய்வக் கோயில்கள் 'மூணாங் கொண்ட அம்மன்' என்ற பெயரில் விளங்குகின்றன. வள்ளியூரில் இத்தெய்வப் பெயரினை 'மூன்றுயுகங்கொண்ட அம்மன்' என்றும் வழங்குகின்றனர். இப்பெயர் வழக்கு 'மூன்றுலகம் கொண்ட' என்ற தொடரின் திரிபாகும். மூன்றுலகம் கொண்ட என்பது மூவுலகுடை யாள் 'திரிபுவன முடையாள்' என்ற பெயர்களின் மாற்று வடிவ மாகும். எனவே அரச மாதேவியரின் பள்ளிப்படைக் கோயில்கள் தமிழகத் தாய்த் தெய்வ வழிபாட்டில் ஒரு பங்கினைப் பெற்றுள்ளன எனலாம். 'பட்டத்தரசி அம்மன்' என்ற பெயர் வழக்கினையும் அவ்வாறே கொள்ள வேண்டும்.

வாழ்வரசியாக (சுமங்கலியாக) மறைந்த பெண்களை எளிய குடும்பங்களில்கூட 'மாலையம்மன்' என்ற பெயரில் இருநிலைப் படுத்தி வணங்குவது தமிழர்களின் வழக்கம். அந்த மரபின் அதிகார நீட்சியாகவே உலகம்மன் வழிபாட்டினைக் கொள்ள வேண்டும்; அப்படி மட்டுமே கொள்ள இயலும்.

வள்ளி

எனக்குச் சின்னவயதில் கதை சொன்ன மூதாட்டிகளில் ஒருவர், சக்களத்திமார் சண்டையிடுவதைப் பற்றிச் சொன்ன பாடல் வரிகள் சில நினைவிலே எஞ்சி நிற்கின்றன. முருகனின் மனைவிமாரான வள்ளியும் தெய்வானையும் சண்டையிட்டுக் கொண்டார்களாம். இந்திரன் மகள் தெய்வானையைப் பார்த்து வள்ளி கேட்டாளாம்.

ஒழக்கு நெல்லுக்கு ஒழக்குச் சள்ளை உணத்தி விக்கிறது
ஒங்க அண்ணனா எங்க அண்ணனா

தெய்வானையின் கூடப் பிறந்தவன் உழக்கு நெல்லுக்கு மாற்றாக உழக்குச்சள்ளைக் கருவாடு விற்ற கடற்கரைக்காரன் என்று தெரிகிறது.

பூனைகுத்தி விருந்து வைப்பான்
புனக்குறவன் உங்களண்ணன்

காட்டுக்குறவர், கறிவேப்பிலைக்குறவர், காப்பு மாற்றிக் (கேப்மாரி) குறவர், பூனைகுத்திக் குறவர் என்று குறவர்களிலேயே பல பிரிவுகள் உண்டு. காட்டுக்குறவர்களில் ஒரு பகுதியினர் காட்டுப்பூனையினைக் கொன்று உண்ணும் பழக்கமுடையவர்கள். பெண் கொண்ட மருமகனுக்குப் பூனைக்கறி படைக்கும் இழிந்த குடி வள்ளியின் குறக்குடி என்பது தெய்வானையின் தாக்குதலாகும்.

இலக்கிய மாணவனான பிறகுதான் இந்த மூதாட்டி சொன்ன வரிகள் 'வள்ளி – தெய்வானை ஏசல்' என்று வழங்கிவந்த நாட்டார் பாடல்களில் சில வரிகள் என்று தெரியவந்தது.

வள்ளி என்பது வெப்ப மண்டலத்தில் வளரும் கொடிகளில் ஒன்று. இதன் பயிரியல் பெயர் 'ஐபோமியா பட்டாடஸ்' என்பதாகும். மக்கள் வழக்கில் இது வள்ளிக்கொடி என்றும் சர்க்கரை வள்ளிக் கொடி என்றும் வழங்கப்படும். சர்க்கரை வள்ளியின் உருண்ட இனிப்பான கிழங்கு எளிய மக்களின் உணவாகும். இதிலே வெள்ளை, மஞ்சள் என நிறத்தில் இரண்டு வகை. மலையடிவாரங்களில்

பயிராகும் இக்கிழங்கினைத் தென் மாவட்டங்களில் சீனிக்கிழங்கு என்றும் சொல்வார்கள்.

வள்ளி என்பதனை ஒருவழிபாட்டு முறைமையாகத் தொல் காப்பியர் குறிப்பிடுகிறார்.

'கொடிநிலை கந்தழிவள்ளி என்றா, வடுநீங்கு சிறப்பின் கண்ணிய மூன்றும்' என்பது தொல்காப்பியம்; கூத்துவகையில் ஒன்றுக்கும் 'வள்ளிக்கூத்து' என்ற பெயர் வழங்கி வந்திருக்கின்றது.

'முருகு புணர்ந்து இயன்ற வள்ளி போல' (நற்றிணை–82) என்பது சங்க இலக்கியத்தின் புகழ்பெற்ற வரிகளில் ஒன்று. வள்ளி முருகனைப் புணரவில்லை. முருகினையே புணர்ந்துள்ளாள்.

'முருகு மெய்ப்பட்ட புலைத்தி' என்ற சங்க இலக்கிய வரிகளி லிருந்து புலைத்தி (துணி வெளுக்கும் தொழிலுடைய பெண்) மீது தெய்வ ஆற்றலாக முருகு இறங்கும் என்பது தெரிகிறது.

'முருகு' முருகனாக வளர்ச்சி பெற்றபோது வள்ளி அவன் மனைவியாக்கப்பட்டாள். சிலப்பதிகாரமே முதன்முதலில் அவளை, 'குறமகள்' என்று தெளிவாகக் குறிப்பிட்டு, அவளைக் குறவர்கள் தம் 'குலமகள்' என்று கொண்டாடுவதையும் குறிப்பிடுகின்றது. பின்னர் பக்தி இயக்கத்தின் எழுச்சியின்போது சிவனுக்கு மகனாக முருகன் மாற்றப்பட்டபோது திருநாவுக்கரசர் மட்டும் முருகனின் மனைவி வள்ளி என்ற கதையினை ஏற்றுக்கொள்கிறார்.

'குறவி தோள் மணந்த குமரவேள்'

'நம் செந்தில் மேய வள்ளிமணாளன்' என்ற பெயர்களால் அவர் முருகனைக் குறிப்பிடுகிறார். முருகன் – வள்ளி இணைப்பினைப் பக்தி இயக்க முன்னோடிகளான மற்றவர்கள் ஏற்றுக்கொள்ளவில்லை. இது குறிப்பிடத்தக்க செய்தியாகும். ஆனால் இக்காலகட்டத்தில் முருகனின் மனைவியாகத் தெய்வானை எங்குமே பேசப்படவில்லை என்பதும் இங்கே மனங்கொள்ள வேண்டிய செய்தியாகும்.

பெருஞ்சமய நெறிக்குள் வந்து சேர்ந்தபின் சண்முகன், கார்த்தி கேயன், சுப்பிரமணியன் ஆகிய பெயர்களால் முருகன் அழைக்கப் படுகின்றான். பார்ப்பனிய மேலாண்மைக்கு உட்பட்ட முருகனுக்கு இந்திரன் மகள் தெய்வானை மற்றொரு மனைவி யாக்கப்படுகிறாள். இக்காலகட்டத்தில் முருகன் தன் ஊர்தியாக மயிலையும் ஆட்டுக் கிடாயினையும் கொடியாகச் சேவலையும் கொண்டிருக்கிறான்.

கி.பி. 9ஆம் நூற்றாண்டளவில் தமிழ்நாட்டில் உருவான குடை வரைக்கோயில்களிலும் முருகன் இரண்டு மனைவியரோடு காட்சி

யளிக்கிறான். இரண்டு மனைவியரையும் அடையாளம் காணும் வகையில் இச்சிலைகளில் தெய்வானை மார்புக்கச்சு அணிந்த பெண்ணாகவும் சித்தரிக்கப்பட்டுள்ளனர்.

இவ்வேறுபாடு மேல் – கீழ், பெருந்தெய்வம் – சிறுதெய்வம், பார்ப்பனர் மரபு – நாட்டார் மரபு என்ற எதிர்வினை மையமாக வைத்து ஆக்கப்பட்டுள்ளது என்பது தெளிவு. ஆனாலும் மக்களின் மனங்களிலிருந்து குறவர்களின் குலதெய்வமான வள்ளியைப் பிரிக்க முடியவில்லை. வள்ளிக்கு 'வள்ளிமயில்' என்றும் பெயரிட்டு முருகனிடமிருந்து அவளைப் பிரிக்க முடியாதபடி செய்துவிட்டனர்.

தமிழில் நாட்டார் பாடல்களில் காதல் இணையாகப் பேசப் படுபவர்கள் எப்பொழுதுமே வள்ளியும் வேலவரும்தான். சில பாடல்களில் வேலவர் என்ற பெயர் சுப்பையா என்பதாகக் காணப் படுகிறது. தமிழ் நாட்டார் மரபில் லட்சியக்காதலர்களாக இவர்களே உருவகப்படுத்தப்பட்டுள்ளார்கள்.

வள்ளி – முருகன் காதலுக்குப் பிள்ளையார் துணை வருவதும் நாட்டார் மரபில்தான் உண்டு. மேலோர் மரபில் இல்லை. நாட்டார் மரபில் வள்ளி இளமைக்கும் துடிப்புக்கும் அடையாளமாகக் காட்டப்பட்டாள். குமரகுருபரர், பாரதியார் இந்த இரண்டு பெருங் கவிஞர்களின் கவிதைகளிலும் இந்த அடையாளத்தைக் காண முடியும்.

பார்ப்பனப்பூசைக்கு உட்பட்ட 'முருகனுக்கு' மறிப்பலி (ஆட்டுப் பலி) யும் குறக்குலத்தினை அடையாளப்படுத்தும் தேன் தினையரிசி, கிழங்கு படைப்பதும் தவிர்க்கப்பட்டுவிட்டன. ஆனாலும் கமில் சுவலபில் போன்ற ஆய்வாளர்கள் தமிழ் மரபும் தமிழ் நாட்டார் மரபும் அறியாமல் 'முருகனுக்கு வள்ளி இரண்டாம் மனைவி' என்று எழுதியிருப்பது வேடிக்கைக்குரியது.

வில்லினையொத்த புருவம்
வளைத்தனை வேலவா – அங்கோர்
வெற்பு நொறுங்கிப் பொடிப் பொடியானது வேலவா
சொல்லினைத் தேனிற் குழைத்துரைப்பாள் சிறு
வள்ளியைக் – கண்டு சொக்கி மரமென நின்றனை
தென்மலைக் காட்டிலே
கல்லினை யொத்த வலிய
மனங்கொண்ட பாதகன் – சிங்கன்
கண்ணிரண்டாயிரங் காக்கைக் கிரையிட்ட வேலவா!
பல்லினைக் காட்டி வெண்முகத்தைப் பழித்திடும்

வள்ளியை – ஒரு பார்ப்பனக் கோலந்தரித்துக்
கரந்தொட்ட வேலவா!

– பாரதி

கானக் குறப்பெண் குடியிருந்த
கன்னிப் புனத்துத் தினைமாவும்
கமழ்தேன் தெளிவும் உண்டு சுவை
கண்டாய் என்றோம் அதுவல்லால்
மீனத் தடங்கண் அவள் மிச்சில்
மிசைந்திட்டதுவும் நசைமிக்கு
விரைத்தீங் குமுதத்து அமுது அடிகள்
விருந்தாடியதும் விண்டேமா?

– குமர குருபரர்

வள்ளி தாலாட்டு
வள்ளி பிறந்த கதை

வள்ளி என்றால் வள்ளி
மலை மேல் படரும் வள்ளி
கொடியில் கிடந்து வள்ளி
கூவி அழும்போது
வனத்துக் குறவர்களாம்
மான் பிடிக்கும் வேடர்களாம்
குழந்தை குரல் கேட்டு
குறவேடர் ஓடிவந்து
மதலை குரல் கேட்டு
மான் வேடர் ஓடி வந்து
வாரியெடுத்து
வன்ன மடியில் வைத்து
தூக்கி எடுத்துச் சொர்ணமடியில் வைத்து
மண் துடைத்து மடியில் வைத்து
வள்ளி யென்று பேரும் வைத்து
வடிவேல் துணையென்றே
வளர்த்தார் வனந்தனிலே!

– தமிழண்ணல், 'தாலாட்டு'

வள்ளிக் கொடியருகே
மான்கன்று போட்டதென்று

கானக் குறவரெல்லாம்
கண்டெடுத்து மண்துடைத்து
மண்துடைத்து மடியில் வைத்து
வள்ளியென்ற பேருமிட்டு
வடிவேல் துணையுமென்று
வளர்த்தார் வனந்தனிலே!

– ஆறு அழகப்பன்,
(தாலாட்டுக்கள் ஐநூறு)

கருப்பு வளையலிட்டுக்
காரிகையை மாலையிட்டார்!
கீழ்ச்சாதி என்னாமல்
கிளிமொழியை மாலையிட்டார்!
குறச்சாதி என்னாமல்
கொம்பனையை மாலையிட்டார்!
மறுச்சாதி என்னாமல்
வள்ளிதனை மாலையிட்டார்!

– சொக்கர் கதை
– ஆறு அழகப்பன்
(தாலாட்டுக்கள் ஐநூறு)

ஆம். நாட்டார் மரபிலே கால்கொண்ட முருகனுக்கு வள்ளியே துணையென்று மேற்குறித்த பாடல்கள் உணர்த்துகின்றன. எளிய மக்களிடமிருந்து புறம்போன 'சுப்பிரமணியன்' கதையில் வள்ளிக்கு இடமில்லாமல் போனது வியப்பில்லை.

சித்திரகுப்தன்

சித்திரை மாதம் முழுநிலவு நாளன்று தமிழ்நாட்டில் கொண் டாடப்படும் வீட்டு விழாக்களில் ஒன்று நயினார் நோன்பு என்றழைக் கப்படும் சித்திரகுப்த நயினார் நோன்பு ஆகும்.

தமிழ்நாட்டில் பரவலாகக் கொண்டாடப்பட்டாலும் இந்நோன்பு ஆற்றுப்பாசனம் உள்ள இடங்களில்தான் தவறாமல் கொண்டாடப் படுகிறது. தமிழ் பேசும் நிலவுடைமைச் சாதியினராலும் வணிகச் சாதியாராலும் இந்நோன்பு விருப்பமுடன் கடைப்பிடிக்கப்படுகிறது. சிறுநிலவுடைமைச் சாதிகளாலும் ஒன்றிரண்டு இடங்களில் கடைப் பிடிக்கப்படுகிறது. சித்திரை முழுநிலவு நாளில் இரவு முழுவதும் சித்திரகுப்த நயினார் கதையைப் படிக்கின்றனர். மறுநாள் காலையில்

உணவில் அகத்திக்கீரையும் ஒரு சிறுதுண்டு எள்ளுப் பிண்ணாக்கும் சேர்க்க வேண்டும். தாமிரபரணி பாசனப் பகுதியில் காலைச் சிற்றுண்டியோடு அரிசி அவலும் (ஊற வைத்து) அகத்திக்கீரையும் எள்ளுப் பிண்ணாக்கும் சேர்த்துக் கொள்கின்றனர். சித்திரை முழு நிலவு நாளில் இரவு நேரத்தில் சித்திரகுப்த நயினார் கதை படிக்கும் வழக்கம் இன்று இல்லை.

சித்திரகுப்த நயினார் என்ற பெயரில் உள்ள நயினார் என்ற சொல் மேட்டிமையைக் குறிக்கும் சொல்லாகும். சித்திரகுப்தன் என்ற தெய்வத்திற்குத் தமிழ்நாட்டில் ஒன்றிரண்டு இடங்களில் கோவில்கள் இருக்கின்றன. தேனி மாவட்டம் போடிக்கு அருகில் ஒரு சிறுகோவிலும் திருச்செந்தூருக்கு அருகில் ஆற்றூர்ச் சோமநாதர் கோவிலுக்குள் ஒரு சிறு சன்னதியும் களஆய்வில் கண்டறியப் பட்டுள்ளன. காஞ்சிபுரத்தில் தெற்குரத வீதி எனப்படும் நெல்லுக் காரத் தெருவில் இத்தெய்வத்திற்கு என்று தனிக்கோயில் அமைந்திருக் கின்றது. இரண்டு கைகளுடன் தெற்கு நோக்கி சுகாசனத்தில் அமர்ந்த கோலத்தில் ஒரு கையில் ஏடும் மறுகையில் எழுத்தாணியும் கொண்டு இத்தெய்வம் காட்சியளிக்கிறது.

சித்திரகுப்த நயினார் கதை நாட்டார் கதைப்பாடலாகவும் தமிழகத்தில் வழங்கி வருகிறது. இக்கதைப்பாடலைச் சுத்தப் பதிப்பாக ‘லாங்மேன்ஸ் க்ரீன்’ கம்பெனியார் 1915இல் வெளியிட்டுள்ளனர். நாட்டார் நம்பிக்கைகளின்படி சித்திரகுப்தன் எமனுடைய கணக்குப் பிள்ளையாவார். ஒவ்வொரு தனிமனிதனும் செய்கின்ற பாவ புண்ணிய கணக்குகளைப் பதிந்து அவருடைய வாழ்நாள் கணக்கை யும் குறிப்பிட்டு இறப்பின் கடவுளான எமனுக்குத் துணை செய்வது இவரின் பணியாகும். இத்தெய்வத்தின் பெயரிலுள்ள குப்தன் என்பது இன்று குப்தா என்று வழங்கும் பெயரின் மூல வடிவமாகும் (உதாரணமாக, புபேஷ் குப்தா, இந்திரஜித் குப்தா என்று நினைத்துக் கொள்க).

மத்திய இந்தியப் பகுதியிலும் கிழக்கிந்தியப் பகுதியிலும் கணக்குப்பிள்ளை சாதியின் பட்டப்பெயர் ‘காயஸ்தா’, ‘காயஸ்தர்’ என்பதாகும். காயஸ்தர் சாதிக்குரிய பெயர்களாகக் ‘கரண’ (தமிழ்க் கல்வெட்டுக்களில் ‘கரணத்தான்’) கர்ணீக் (தமிழ்நாட்டில் கர்ணீக முதலியார்) ‘சித்திரகுப்த’, ‘புஸ்தபால’ (புஸ்தக பாலர்), லேகா (எழுத்தர்), தர்மலேகின் (தருமக் கணக்கு எழுத்தர்) ஆகியவை பீகார், உத்திரப்பிரதேச மாநிலங்களில் வழங்குவதாக ஆர்.எஸ். சர்மா குறிப்பிடுகின்றார். ‘கர்ணீக’ என்ற பெயர் வங்காளத்திலும் மேற்கிந்தியப் பகுதிகளிலும்கூட வழங்கப்படுவதாக அவர் தெரிவிக் கின்றார். எனவே இத்தெய்வம் வடஇந்தியாவில் பிறந்து தென்னிந்தி யாவில் நுழைந்திருக்க வேண்டும் எனத் தெரிகிறது. கி.பி. ஏழாம்

நூற்றாண்டில் வாழ்ந்த பெரியாழ்வாரே இத்தெய்வம் பற்றிய குறிப்பினை முதன்முதலில் தமிழ் இலக்கியத்தில் பதிவு செய்கிறார்.

சித்திரகுப்தன் எழுத்தால்
தென்புலக் கோன்பொறி யொற்றி
வைத்த விலச்சினை மாற்றித்
தூதுவ ரோடி யொளித்தார்

சித்திரகுப்தன் எழுதிய கணக்குப்படி தென்புலக் கோனாகிய எமன் காலமுத்திரை இடுகிறார். திருமாலின் அடியவர்களைக் கண்டால் எமனின் தூதுவர் ஓடி ஒளிந்துகொள்வார். இதுவே இப்பாடல் வரிகள் உணர்த்தும் பொருளாகும். தமிழ்நாட்டில் நிலவுடைமை வளர்ச்சி பெறத்தொடங்கிய கி.பி. ஆறாம் நூற்றாண்டு முதலாக நில அளவு, நிலவரி, நிலவுடைமை ஆகியவை குறித்த பணிகளைக் கவனிக்க அரசர்கள் ஒரு பணித் துறையினை உருவாக்குகின்றனர். இப்பணித்துறைக்கு “புரவுவரித் திணைக்களம்” என்று பெயர். வரி முறைகளில் ஏற்படும் மாற்றங்களைக் குறிக்கும் ஏடு ‘வரிப்பொத்தகம்’ எனப்பட்டது.

கி.பி. 7ஆம் நூற்றாண்டிலிருந்து 12ஆம் நூற்றாண்டு வரை பாண்டியர், சோழர் கல்வெட்டுக்களில் (மேற்காணும் சொற்கள்) திரும்பத்திரும்பப் பயன்படுத்தப்பட்டுள்ளன. நில ஆவணங்களில் கையெழுத்திட்ட அதிகாரி ‘ஊர்க்கரணத்தான்’ எனப்பட்டார். இவரே பிற்காலத்தில் சிற்றூர்களில் நில அளவுக் கணக்குகளை வைத்திருந்த கணக்குப்பிள்ளையின் முன்னோடியாவர். கணக்குப் பிள்ளை பதவி பரம்பரைப்பதவி என்ற உரிமையினை காலனிய அரசாங்கமும் ஏற்றுக்கொண்டது. 1984இல் எம்.ஜி.ஆர் அமைச்ச ரவையில் சட்டம் கொண்டுவரப்பட்ட பிறகே இப்பரம்பரைப் பதவி ஒழிக்கப்பட்டது.

தமிழகத்தில் நில ஆவணங்களைப் பாதுகாக்கும் பொறுப்பில் பெரும்பாலும் இரண்டு சாதியாரே இருந்துள்ளனர். தமிழகத்தின் தென்பகுதியில் பிள்ளை என்ற சாதிப்பட்டமுடைய வேளாளச் சாதியினரின் உட்பிரிவினர்களும், வடபகுதியில் கருணீக முதலியார் எனும் சாதியினரும் நில ஆவணங்களின் அதிகாரிகளாக இருந்துள் ளனர். கல்வெட்டுக்களில் ‘காரணத்தான்’ என்று குறிப்பிடப்படும் சொல்லே பின்னர் ‘கருணீகர்’, ‘கருணீக’ என்றாகிக் காலனிய ஆட்சிக் காலத்தில் ‘கர்ணம்’ என்ற சொல்லாக விளங்கியது. சித்தரகுப்தர் கணக்கெழுதும் சாதிக்குரிய தெய்வமாகவே தமிழ்நாட்டில் நுழைந் திருக்க வேண்டும். காஞ்சிபுரத்தில் உள்ள சித்திரகுப்தன் கோயில் கருணீக முதலியார் சாதியினர்க்கு உரிமை உடையதாகும். (அதன் பிற்புலத்தில்தான் சித்திரகுப்தன் கோயிலுக்குள் கருணீக முதலியார்

சாதியைச் சேர்ந்த வள்ளலாருக்கும் பிற்காலத்தில் ஒரு சந்நிதி உருவாக்கி வைத்துள்ளனர்.)

மேலோர் மரபில் நில ஆவணக் கணக்கெழுதுவோரின் தெய்வ மாக இருந்தாலும் சித்திரகுப்தர் வழிபாடு நாட்டார் மரபிலும் இன்று தன்னைத் தகவமைத்துக் கொண்டது. அதாவது நிலக்கணக்கு களைப் போல ஒரு மனிதனின் பாவபுண்ணியக் கணக்குகளைச் சித்திரகுப்தர் எழுதுகிறார் என்பதே அது.

எனவேதான் நாட்டார் மரபுகளில் ஈடுபாடுடைய கவிஞர் பெரியாழ்வார் சித்திரகுப்தனைப் பாவபுண்ணியக் கணக்கெழுது பவனாகக் காட்டுகிறார். சித்திரகுப்த நயினார் கதையின்படி, "பாவிக் கணக்கும் பஞ்சபாதகர் கணக்கும் நாகலோகத்திலுள்ள நன்மையுள்ள தன் கணக்கும் பூமிதனில் மாயவனார் புண்ணிய பாவக் கணக்கும் எல்லாக் கணக்கும் எழுதி" கொடுப்பதுதான் சித்திரகுப்தருக்கு சிவபெருமான் இட்ட பணியாகும். அதன்படியே சித்திரகுப்தன் இரண்டு பக்கமாகக் கணக்கெழுதுகிறார். இவர்களெல்லாம் பாவக் கணக்குக்கு உட்பட்டவர்கள்: "பெற்ற தாய் தந்தையைப் பேணாத பாவியர்கள் மண்ணிலிருந்து வழக்கோரஞ் செய்தவர்கள் அம்பலத்தில் நின்று அநியாயஞ் சொன்னவர்கள் ஊரார் உடைமைக்குப் பேராசை கொண்டவர்கள் கல்லாக் கசடர் கணக்குப் படியாதோர் சிவனை வணங்காதார் திருக்கோயில் சூழாதார் அயனை வணங்காதார் ஆலயத்தை மேவாதார் பிச்சைக்கு வந்தவரைப் பின்னேவாவென்ப வர்கள் கன்று வருந்த கறந்த பால் உண்டவர்கள் சுற்றங்கொதிக்கச் சுரந்த பால் உண்டவர்கள் பொட்டிநாழி மரக்கால் போட்டளந்த பாவியர்கள் பிள்ளையழித்துப் பேதமுறக் கொன்றவர்கள் உள்ள பொருளை இல்லையென்றே உரைத்தவர்கள் தூர வழிக்குத் துணை வாரோமென்று சொல்லி ஆருமில்லாக் காட்டில் அடித்துப் பறித்த வர்கள்."

புண்ணியக் கணக்குக்கு உட்பட்டவர்கள் பட்டியல் பின் வருமாறு அமைகின்றது: "பசியாமல் அன்னம் பாங்குடனே கொடுத்த வரை இடுக்கத்துடனே ஏமாறி வந்தவர்க்கு உடுத்த புடவையுகந் தளித்தோர் தங்களையும் பிச்சையுமிட்டுப் பெரிய இடங்கொடுத்து மகேசுவர பூசைக்கு மடங்கட்டி வைத்தவரை சாலை மரமுஞ் சத்திரமும் வைத்தவரை சிவபூசை தவபூசை குருபூசை செய்வோரை நான்கு திசைவிளங்க நந்தவனம் வைத்தவரை ஆலயங்கள் கட்டி யன்னமிகக் கொடுப்போரை இடிந்த பழங்கோயிலெடுத்துப் புதுப் பித்தவரை தாகத்துக்காக நல்ல தண்ணீர் கொடுத்தவரை பொரிந்த வுயிர்தனக்குப் போகநீர் விட்டவரை இராக்காலப் பட்டினியை யிதமாகத் தீர்த்தவரை பஞ்சம் வருங்காலம் பகுத்தன்ன மிட்டவரை பெரியோர்கள் தங்களையும் பேணி நடந்தவரை விருந்துகள் வந்தால் வேறுவைத்து உண்ணாமல் வைத்து வகையில் வஞ்சகம் செய்யாரை."

நாட்டார் மரபு சித்திரகுப்தன் கதையை உட்கொண்ட முறையினைப் பின்வருமாறு விளங்கிக்கொள்ளலாம். வடபுலத்தி லிருந்து தமிழகத்திற்கு வந்த சித்ரகுப்தத் தெய்வம் ஓர் அவைதீகத் தெய்வமாகும். வடநாட்டில் பெருவணிகர்களின் மதமாக விளங்கிய (விளங்குகின்ற) சமணமதத்தின் தெய்வமாக இது இருக்கலாம். இறப்பினை (மரண அச்சத்தை) முன்னிறுத்தி அறம் சொல்லும் வழக்கத்தைச் சமண மதமே தமிழ்நாட்டில் தோற்றுவித்தது. எனவே மேலோர் மரபில் கணக்குவழக்கு முறைமையில் தெய்வமான சித்திர குப்தன், நாட்டார் மரபில் இறப்பினை முன்னிறுத்தி நியாயக் கணக்குப் பார்க்கும் தெய்வமாக பண்பு மாற்றம் பெற்றிருக்கின்றது.

நயினார் நோன்பு அன்று எண்ணெய் தேய்த்துக் குளிக்கா விட்டால் (இறப்புச் சடங்கின் ஒரு பகுதி) சித்திரகுப்த நயினார் செக்கிலிட்டு நம்மை ஆட்டுவார் என்ற நம்பிக்கையும் இதனடிப் படையிலேயே தோன்றியிருக்க வேண்டும்.

ஒரு சமணக் கோயில்

கோத்த பொய் வேதங்களும் – மதக்
கொலைகளும் அரசர்தம் கூத்துக்களும்

(பாரதியார்)

வரலாறு நெடுகிலும் நிரம்பிக்கிடக்கின்றன. ஆனால் இதுவே வரலாறு என்று கருதப்பட்ட நிகழ்வுகளெல்லாம் இப்பொழுது மறுபரிசீலனைக்கு உட்படுத்தப்படுகின்றன. 'எழுதப்பட்ட வரலாற்று நூல்களைத் திருத்தி எழுதுவோம்' என்று எழுதிய அறிஞர் கோசாம்பி மேற்கிந்தியப் பகுதியில் தாய்த் தெய்வ வழிபாட்டின் செல்வாக்கினை எடுத்து விளக்கிக் காட்டினார். அடித்தள மக்கள் வாழ்விலிருந்தும் வாக்கிலிருந்தும் பெறப்படும் செய்திகளால் ஆக்கப்படும் வரலாறு மட்டுமே சனநாயகத் தன்மை உடையதாக அமைந்திருக்கின்றது. வரலாற்றறிஞர் கே.என். பணிக்கர் அண்மையில் 'மதச்சகிப்புத்தன்மை என்பது ஒரு கெட்ட வார்த்தை' எனக் கூறியிருந்தார். களஆய்விற்குச் சென்றவர்களால்தான் இந்த வார்த்தையின் கனத்தை அறிய இயலும். எளிய மக்கள் எந்த மதத்தையும் சகித்துக் கொண்டிருக்கவில்லை. எல்லா மதங்களின் இருப்பையும் வாழ்வையும் தன் இயல்பாகவே அல்லது இயற்கையாகவே அவர்கள் ஏற்றுக் கொண்டிருக்கிறார்கள்.

நெல்லை மாவட்டத்தில் மேலச்செவலிலிருந்து களக்காடு நோக்கிச் செல்லும் சாலையில் 8 கி.மீ. போய்விட்டால் சிங்கிகுளம் என்ற சிற்றூர். ஊருக்குக் கிழக்கே ஒரு சின்ன மலை. மலை என்றால் சிறு புதர்களும் சில ஆலமரங்களும் கொண்ட நூறடி உயரமுள்ள

ஒரு நெடும் பாறை. அவ்வளவுதான். மலையின் மீது தெற்கு நோக்கி ஒரு சின்ன கோயில். 'கல்வெட்டு இருக்கிறது' என்று ஊர் மக்கள் சொன்னார்கள். சாலையில், 'பகவதி அம்மன் கோவில் செல்லும் வழி' என்று ஒரு விளம்பரப் பலகை. பலகையை ஒட்டிய குளத்துக் கரைமீது அரை கிலோ மீட்டர் சென்றால் மலைக்கோயிலுக்குச் செல்லும் படிக்கட்டுக்கள். 150 படிகள் ஏறினால் கோயிலின் பின்பக்கமுள்ள ஒரு சின்னச் சுனையினை அடையலாம்.

கோயிலுக்குள் சென்று பார்த்தபோது விழிகொள்ளாத வியப்பு அங்கே நமக்காகக் காத்துக்கிடந்தது. கோயிலின் தெற்கு வாசல் வழியாக உள்நுழைந்தால் எதிரே பகவதி அம்மன் சந்நிதி. அது ஒரு சமணக் கோயில் என்பதை அறிந்த போது நமக்குத் தாங்க முடியாத மகிழ்ச்சி. பகவதி அம்மன் சந்நிதிக்கு மேற்கே கருவறையில் ஒரு தீர்த்தங்கரர். கி.பி. ஏழாம் நூற்றாண்டில் மதுரையில் ஆயிரம் சமணர்களைக் கழுவேற்றி சம்பந்தர் 'புண்ணியம்' தேடிக்கொண்ட பிறகும் தமிழ்நாட்டின் தென்பகுதியில் சமணம் பன்னிரண்டாம் நூற்றாண்டுவரை உயிரோடிருந்தது. நெல்லை மாவட்டத்தில் அங்கொன்றும் இங்கொன்றுமாகக் காடுகளிலும் வயல்களிலும் சிதறியும் உடைந்தும் கிடக்கும் தீர்த்தங்கரர்களின் திருமேனிகளே இதற்குச் சான்றுகளாகும். நெல்லை மாவட்டத்திலிருந்து சமணம் 'தொலைந்து போய்' எழுநூறு ஆண்டுகள் ஆனபிறகும் இந்தக் கோயில் மட்டும் உயிரோடு நிற்கின்றது. கோயிலைச் சுற்றி ஆராய்ந்த போது, தீர்த்தங்கரர் இருக்கும் கருவறையைச் சுற்றி வெளிப்புறமாக இருக்கும் கல்வெட்டு நமக்கு வரலாற்று உண்மையினைச் சொல் கின்றது. அந்த ஒற்றைக் கல்வெட்டிலிருந்து நமக்குக் கிடைத்த செய்தி.

இது ஒரு சமணப் 'பள்ளி' (சமணர்கள் கோயில் என்று சொல்ல மாட்டார்கள்) இம்மலையின் பெயர் ஜினகிரி. முள்ளிநாட்டுத் திடியூரான இராசராச நல்லூரில் உள்ள இந்தப் பள்ளியின் பெயர் 'நியாய பரிபாலனப் பெரும்பள்ளி'. இப்பள்ளி "எனக்கு நல்ல பெருமானான அண்ணன் தமிழப் பல்லவரையன்" பெயரால் எடுக்கப்பட்டுள்ளது. இந்தத் தீர்த்தங்கரருக்கு இடப்பட்ட பெயர் 'எனக்கு நல்ல நாயகர்' என்பதாகும். 24 தீர்த்தங்கரர்களில் இவர் யார் என்று அறியத் திருமேனியில் தடயங்கள் கிடைக்கவில்லை. நெல்லை மாவட்டப் பகுதியில் 'அம்பிகா யட்சி' என்ற இசக்கியம்மன் வழிபாடே இன்றும் செல்வாக்குடன் திகழ்கின்றது. அம்பிகாவைப் பணிமகளாகக் கொண்டவர் 23ஆவது தீர்த்தங்கரராகிய நேமிநாதர் என்பவராவார். கட்டப்பட்டபோது துணைச் சந்நிதியாக இருந்த யட்சியின் சந்நிதியே இன்று முதல் சந்நிதியாகவும் தீர்த்தங்கரரின் கருவறை துணைச் சந்நிதியாகவும் மக்களால் வணங்கப் பெறுகின்றன. இக்கோயிலில் இரத்தப் பலி கிடையாது. கொடியேற்றம், திருவிழா

கிடையாது. மக்கள் தாங்கள் விரும்பும் நாளில் பகவதி அம்மனுக்குப் பொங்கல் வைக்கின்றனர்.

தாங்கள் வணங்குகின்ற பகவதியம்மன் ஒரு சமணத் தெய்வமென்பதும் முனீஸ்வரர் என்ற பெயரால் அறியப்படும் தீர்த்தங்கரர் சமண மதத்தவர் என்பதும் வழிபடுகின்ற "இந்து" மக்களுக்குத் தெரியவே தெரியாது. வைதீகத்துக்கு எதிரான சமணமதம் இப்பகுதியில் காணாமல்போய் எழுநூறு ஆண்டுகள் ஆகிவிட்டன. ஆனபோதும் சமணப்பள்ளி ஒன்று தாய்த் தெய்வக் கோயிலாகக் கருதப்பட்டு அந்நிலப்பகுதியிலுள்ள் எல்லா மக்களாலும் பேணப் படுகின்றது, வழிபடப்படுகின்றது.

உலக வரலாறு நெடுகிலும் ஒரு பிரிவின் வழிபாட்டுத்தலத்தை மற்றவர் இடிப்பதும் அழிப்பதும் தொடர்ந்து நடைபெற்றுக் கொண்டே வருகின்றன. அரசியல் என்பது மத அடிப்படைவாத அரசியலாக மாறிக்கொண்டிருக்கும் காலமிது. ஆதரவற்ற பிள்ளையைத் தன் பிள்ளையாக எடுத்து வளர்த்து குடிப்பெருக்கம் செய்வதில் தமிழ்நாட்டின் எளிய மக்களுக்கு எந்தவித மனத் தடையு மில்லை. அப்படித்தான் சிங்கிகுளம் மக்கள், சமணப் பள்ளியைப் பகவதி அம்மன் கோயிலாக்கி வாழ வைத்திருக்கிறார்கள். அடுத்தவர் வழிபாட்டிடத்தை இடிப்பதும் அழிப்பதும் அரசர்களும் அமைச்சர் களும் அதிகாரிகளும் செய்கின்ற வேலை என்பதே அன்றும் இன்றும் வரலாறு ஆகும். சனநாயக உணர்வுள்ள எளிய மக்கள் அதனை ஒருபோதும் செய்ய மாட்டார்கள். சிங்கிகுளம் 'நியாய பரிபாலனப் பெரும்பள்ளி' நமக்குச் சொல்லும் செய்தியும் இதுதான்.

தமிழக ஆன்மீக வரலாற்றில் வள்ளலார்

தமிழகத்தின் ஆன்மீக வரலாற்றை ஐந்து பெரிய நீர்க்கால் களாகப் பகுத்துக் காணலாம். நாட்டார் சமயம், சமணம், பௌத்தம், சைவம், வைணவம் ஆகிய ஐந்தனுள் பௌத்தத்தின் தொல்லெச்சங்கள் மட்டுமே இன்று தமிழ்ச் சமூகத்தில் சமய வாழ்வில் காணக்கிடக் கின்றன. சமணம், வாழ்கின்ற மதமாக இருந்தாலும்கூடத் தமிழ் நாட்டின் வட மாவட்டங்களில் மட்டுமே கண்ணிற்குத் தெரிகின்றது. சைவ, வைணவ நெறிகளும் இருபதாம் நூற்றாண்டின் இயக்கங் களாலும் 'உலகமயமாக்கல்' பின்னணியிலும் தங்கள் இருப்பை மட்டுமே தக்க வைத்துக் கொண்டுள்ளன. நாட்டார் சமயத்தின் கணிசமான பகுதிகளும் 'நகரமயமாதல்' என்னும் தளத்தில் தம் வேர்களை இழந்து வருகின்றன.

தமிழகத்தின் ஆன்மீக வரலாறு தொடர்ச்சியானது. இந்த வரலாற்றுப் பின்னணியில் வள்ளலாரோ 19ஆம் நூற்றாண்டின் வெற்றி பெற்ற ஒரு கலகக் குரலை எழுப்பியவர். அந்த வெற்றி இருபதாம் நூற்றாண்டில் தொடர்கிறதா என்பது தனித்த விவாதத்திற் குரிய பொருளாகும். (வள்ளலாரைப் போல இருபதாம் நூற்றாண்டு ஆன்மீக வரலாற்றில் கலகக் குரலாக எழ 'முயன்ற' ஆதிபராசக்தி மன்றத்தை இங்கு நினைத்துக் கொள்ள வேண்டும். இரண்டுமே பெரும்பாலும் தமிழ்நாட்டின் வடபகுதியில் மட்டுமே கிளை பரப்பியவை என்பதையும் கவனத்தில் கொள்ள வேண்டும்.)

தமிழ்நாட்டுப் பெருஞ்சமய நெறிகளில் வள்ளலாரை எதனோடு சேர்த்துப் பார்ப்பது என்பது அடிப்படையான ஒரு கேள்வியாகும். 'பூசுவதும் வெண்ணீறு' என்பது சைவ சமயத்திற்குரிய முதல் அடையாளம் ஆகும். இந்த அடையாளமும் கோயில் வழிபாடும் வள்ளலாருக்குக் குடிப்பிறப்பாக வந்தவையே. வள்ளலார் தம் இளமைக் காலத்தில் திருத்தணிகைத் தவத்தின் மீதும் பின்னர்ச் சிதம்பரத்தின் மீதும் பற்றுக்கொண்டிருந்தார் என்ற செய்தி அவரது பாடல்களில் பொதிந்துள்ளது. பின்னர், புதுநெறி கண்ட பிறகும் திருநீற்று அடையாளத்தை அவர் கைவிடவில்லை. எனவே வள்ள லாரைச் சைவ மரபிற்குள்ளாகவே நிறுத்திப் பார்ப்பதே சரியானதாக இருக்க முடியும். சமண சமயத்தின் தொல்லறமாகவும் சைவத்தால் ஏற்றுக் கொள்ளப்பட்டதுமான 'புலால் உண்ணாமை' அறத்தினை அவர் 'உயிர் இரக்க ஒழுக்கமாக' (ஜீவகாருண்யமாக) முன்னிறுத் தினார். மனித உயிர்களைத் தாண்டிய மற்ற உயிர்கள் மீதும் படிந்த அவரது இரக்கப் பார்வை மனிதன் மீது திரும்பியபோது தன்னியல் பாகவே அது சாதி மறுப்புக் கொள்கையாக விளைந்தது.

> மதித்த சமயமத வழக்கெல்லாம் மாய்ந்தது
> வருணாச்சிரமமெனும் மயக்கமும் சாய்ந்தது
> கொகுத்த லோகாசாரக் கொதிப்பெல்லாம் ஒழிந்தது
> கொலையும் களவும் மற்றைப் புலையும் அழிந்தது
> குறித்த வேதாகமக் கூச்சலும் அடங்கிற்று
> கொதித்த மனமுருட்டுக் குரங்கு முடங்கிற்று

என்ற வருணாச்சிரமத்திற்கு எதிரான அவரது குரல் 19ஆம் நூற்றாண்டின் ஒரு கலகக் குரலேயாகும். அதுவே முதற்குரல் ஆகும் என்பதே நாம் உணர்ந்துகொள்ள வேண்டிய செய்தியாகும்.

இந்தப் பின்னணியில் ஆன்மீக வரலாற்றில் வள்ளலாரின் இடத்தைக் கணிக்க முயன்றவர்களாக, ம.பொ. சிவஞானம், ஊரன் அடிகள், ராஜ் கௌதமன், கி. சுப்பிரமணியன், ப. சரவணன் ஆகி யோரைக் குறிப்பிடலாம். இந்தக் கட்டுரை 'உணர்வறிய திருஞானம்,

ஒப்பரிய பெருஞானம்' என்று பேசப்படும் சைவ சமயப் பின்னணியில் வள்ளலாரைக் காண முற்படுகின்றது.

தமிழ்நாட்டுச் சைவ சமய வரலாறு சிக்கல், சிடுக்கல்கள் எதுவுமில்லாத ஒன்றாகவே சைவ சமய ஆய்வாளர்களால் எழுதப்படுகின்றது. ஆனால் உண்மையில் காலந்தோறும் சைவ சமயத்திற்குள் எழுந்த மோதல்களும் முரண்களும் அடுத்து வரும் காலத்தில் உள்வாங்கப்பட்டு முடக்கப்பட்டுள்ளன; அல்லது செரிமானம் செய்யப்பட்டுள்ளன. இந்த மோதல்களின் தொடர்ச்சி யாகவே நாம் வள்ளலாரை இனம் காண முடியும். சைவத் திருமுறைகள் எனப்படும் தோத்திர நூல்கள் பன்னிரண்டில் திருமந்திரமும் திருவாசகமும் அடங்கும். இந்த இரண்டு நூல்களும் வள்ளலாருக்குப் பிடித்தவை.

சைவ சமயத்தில் திருமுறைகள் 'தோத்திர நூல்கள்' எனவும் தத்துவ நூல்கள் 'சாத்திர நூல்கள்' எனவும் வழங்கப் பெறுகின்றன. திருமுறைகள் 12 என்பதுபோல 'மெய்கண்ட சாத்திரம்' என்ற பெயரில் 14 நூல்கள் தத்துவ நூல்களாகத் தொகுத்துக் காட்டப் பெறுகின்றன.

சைவர்களின் சாத்திரநூல் பட்டியல் சிக்கலானது. இந்தப் பட்டியலுக்கு முந்திய சைவ சாத்திர நூல் "ஞானாமிர்தம்" என்பதாகும். கி.பி. 11ஆம் நூற்றாண்டில் நெல்லை மாவட்டம் திருவாலீசுவரத்தில் இருந்த கோளகி மடத்திலிருந்து பிறந்தது. திருவாலீசுவரம் கோயில் முழுமையான கற்கோயிலாக முதலாம் இராசேந்திரசோழனால் எடுக்கப்பட்டதாகும். இது பாசுபத சைவர்கள் வாழ்ந்த நிலப்பகுதியாகும். இங்கிருந்து 18 கி.மீ. தொலைவிலுள்ள குற்றாலத்திற்கருகில் 'பாசுபதப் பேரேரி' என்பது ஒரு குளத்தின் பெயராக இன்றும் வழங்கிவருகின்றது.

முதலாம் இராசராசன் கட்டிய தஞ்சைப் பெரியகோவில் பாசுபத ஆகம விதிகளை அடிப்படையாகக் கொண்டதாகும். முதலாம் இராசராசனுக்கும் அவனது மகனுக்கும் காசுமீரத்துப் பாசுபத சைவர்களே குருமார்களாக இருந்து வந்துள்ளனர். அவர்களது காலப்பகுதியில் பிற்காலத்திய சைவமான சித்தாந்தச் சைவத்தின் சுவடுகள் ஒன்றிரண்டை மட்டுமே காணமுடியும். வள்ளலார் திருமந்திரத்தைத் 'தோத்திர நூலாகக் கொள்ளாது' 'சாத்திர நூலாகக் கொண்டதே' சரியானதாகும். அது பாசுபத சாத்திர நூலாகும். திருமந்திரம் மனித உடலைக் கொண்டாடும் நூலாகும். "உடம்பை வளர்த்தேன் உயிர் வளர்த்தேனே' என்பது திருமூலர் வாக்கு.

'கடவுளியியற்கை விளக்கத்திற்கு இடமாகிய சீவதேகங்கள் என்கிற ஆலயங்கள்' என்கிறார் வள்ளலார் (கி. சுப்பிர. ப. 37).

இந்த உணர்வு இறந்த உடலைச் சுடக்கூடாது என்பதுவரை அவரைக் கொண்டு செல்கின்றது.

பிணங்கழுவி எடுத்துப்போய்ச் சுடுகின்றீர்
இனிச்சாகும் பிணங்களே நீர்
கணங் கழுகுண்டாலும் ஒரு பயனுண்டே
என்ன பயன் கண்டீர் சுட்டே (5609)

(கி.சுப்பிர.ப.46)

என்பது திருஅருட்பாவாகும். வள்ளலார் தனக்குப் பிடித்த தோத்திர நூலாக திருவாசகத்தையே குறிப்பிடுகின்றார்.

வான்கலந்த மாணிக்க வாசகநின் வாசகத்தை
நான் கலந்து பாடுங்கால்.

என்ற பாடல் வள்ளலாரின் பாடல்களில் குறிப்பிடத்தகுந்ததாகும். "திருவாசகத்தில் பிரச்சார வேகம் தளர்ந்து அது ஆன்மீக அனுபவங்களுக்கு முக்கியத்துவம் கொடுத்துள்ளது. திருவாசகத்தின் பக்திச் சுவையின் தித்திப்பில் தெவிட்டாத ருசி கண்ட இராமலிங்கரின் 6ஆம் தொகுப்பிலுள்ள பாடல்களில் அது பிரமாதமாக வெளிப்பட்டுள்ளது" என்று மதிப்பிடுகிறார் ராஜ் கௌதமன் (ப.42). சோழர்காலக் கல்வெட்டுக்களிலிருந்து அப்பர், சம்பந்தர் இருவரின் பாடல்கள் மட்டுமே அவர்களால் தேவாரமாக ஏற்றுக்கொள்ளப் பட்டது தெரிகின்றது. சுந்தரருடைய தேவாரம் 'தம்பிரானார் திருப்பாட்டு' என்ற பெயரிலேயே அக்காலத்தில் அழைக்கப்பட்டது. சோழர் காலத்திலும் பிற்காலப் பாண்டியர் காலத்திலும் திருவாசகப் பாடல்கள் கோயில்களில் விண்ணப்பம் செய்யப்படவில்லை என்பதையும் இங்கு கவனிக்க வேண்டும். அதற்கான சான்றுகள் ஏதும் கிடைக்கவில்லை.

பெரியபுராணக் கதையின் காலம் மாணிக்கவாசகருக்கு முற்பட்டதாயினும் அதனைச் சமய இலக்கியம் ஆக்கிய சேக்கிழாரின் காலம் மாணிக்கவாசகருக்குப் பிற்பட்டதே. அவர் மாணிக்கவாசகரைக் குறிப்பாகக்கூட ஓர் இடத்திலும் சுட்டவில்லை. பாசுபத சைவநெறிப்படி அமைக்கப்பட்ட தஞ்சைப் பெரிய கோவிலையும் அவர் சுட்டவில்லை. இவ்வகையான விலகல்களும் ஒதுக்கல்களும் உள்வாங்கிக் கரைத்தலும் ஒவ்வொரு சமயத்திற்குள்ளாகவும் வரலாறு நெடுகிலும் நடந்து வருகின்றன. வள்ளலாரின் மனங்கவர்ந்த மாணிக்கவாசகர் நடுநாட்டுத் தலமான சிதம்பரத்தைப் பாடியுள்ளார். காவிரிக் கரையோரத் தலம் எதனையும் பாடவில்லை. அவர் அத்துடன் மட்டும் நின்றுவிடவில்லை. தேவாரம் காட்டும் தமிழ்த் தேசியத்திற்கு மாற்றாகச் சிவபெருமானைத் 'தென் பாண்டி நாடன்' என்றும் 'மதுரையார் மன்னன்' என்றும், 'மதுரை மண் சுமந்தான்'

என்றும் 'பாண்டி நாடே பழம்பதி' என்றும் ஒரு குறுந்தேசியவாதத்தைக் கட்டமைக்க முயன்றார் என்பது தெரிகின்றது. இதனை அரசியல் முரணாக மட்டும் கருத இயலவில்லை. ஏதோ ஒரு வகையில் இது சித்தாந்த முரணாகவும் அமைந்திருக்க வேண்டும். பிற்காலத்தில் எழுந்த சித்தாந்த சைவம், மாணிக்கவாசகரைக் கொண்டாடியது. ஆனாலும் திருவாசகம் கோயில் வழிபாட்டிற்கு அல்லாமல் வீட்டு வழிபாட்டிற்குரிய 'முற்றோதுதல்' (பாராயண) நூலாகவே அமைந்து விட்டது. "திருவாசகத்திற்குச் செய்யுளால் அமைந்த விளக்கமே திருவருட்பா" என்று துரைசாமிப்பிள்ளை குறிப்பிட்டதாகப் புரிசை நடராசன் எழுதுகின்றார். திருவாசகத்தின்மீது சோழர்களின் சைவ அரசு கொண்டிருந்த விலகல் போலவே பாசுபத சைவ நூலான திருமந்திரத்தைத் தோத்திர நூலாகக் காட்ட முயலும் விலகல் போக்கு சித்தாந்த சைவத்திலும் காணப்படுகிறது. வள்ளலாரின் மனம் கவர்ந்த திருமந்திரமும் திருவாசகமும் சைவ மரபுகளில் பிற்காலத்தில் உள்வாங்கிக் கரைக்கப்பட்டன என்பதே இதன் பொருளாகும்.

சித்தாந்த சைவம், வேதத்தின் தலைமையினை ஏற்றுக் கொண்ட, ஆகம நெறிப்படி அமைக்கப்பட்ட கோயில்களை மையமாகக் கொண்டதாகும். அதனுடைய 'தலைக்கோயில்' தில்லை எனப்படும் சிதம்பரமாகும். தேவகுலம், பொது, அம்பலம், தளி, கோயில் என்பன கோயில்களுக்கு வழங்கப்பட்ட பெயர்களாகும். கேரளத்தில் இன்றளவும் கோயில்கள் அம்பலம் என்ற பெயராலே அழைக்கப் படுகின்றன. அங்கு கோயில் பணியாளர்களுக்கு அம்பலவாசிகள் என்றே பெயர். அவர்களின் ஒரு பிரிவினர் 'பொது ஆள்' (பொது வாள் – புதுவாள்) என்றே அழைக்கப்படுகின்றனர். தில்லைக் கோயிலைப் பாடும் வள்ளலார் 'திருப்பொதுவில் ஆடுகின்ற அரசே' என்றும் 'அம்பலப் பாட்டே அருட்பாட்டு' என்றும் பொது, அம்பலம் என்ற இரண்டு சொற்களை வலியுறுத்துகின்றார். ஆனால் தில்லைக்கோயில் இன்றளவும் பொதுக் கோயிலாக அமையாமல் தில்லை மூவாயிரவர் என்ற பிராமண சாதிக்குரிய சொத்தாகவே இருந்துவருகின்றது என்பதையும் உணர வேண்டும். தில்லைக் கோயிலில் வள்ளலார் புராணப் பொழிவுகள் நடத்தியுள்ளார். ஆறுமுக நாவலருக்கும் அவருக்குமான முரண்பாடு அங்கேதான் தோன்றியது. தில்லைக்கோயில் அதற்கு முன்னரும் பல முரண் களுக்குக் களனாக இருந்துள்ளது என்பது வரலாறு. மூர்த்தி நாயனாருக்குத் தில்லை மூவாயிரவர் முடிசூட்ட மறுத்த கதை பெரியபுராணத்தில் பதிவாகியுள்ளது. தில்லைக் கோயிலிலிருந்து தேவார, திருவாசகங்கள் 'மீட்டெடுக்கப்பட்ட' கதையை திருமுறை கண்டபுராணம் பேசுகின்றது. இதுவும் ஏதோ ஒரு கருத்தியல் சார்ந்த முரணாகவே இருக்க வேண்டும்.

"சிதம்பரம் தற்காலத்தில் நமது உயிர்த்துணைவராகிய நடராஜரைப்பற்றி நாம் போவதற்கும் இரண்டொரு தினம் இருப்ப தற்கும் தக்கதேயன்றி வேறொரு வகையாலும் தக்கதில்லை. ஆயின் அது கலிகால வண்ணம்" என்று 1861இல் இரத்தின முதலியார்க்கு எழுதிய கடிதத்தில் வள்ளலார் குறிப்பிடுகின்றார் (ம.பொ.சி. ப. 200, 2001).

"1871இல் வடலூரில் தமது சத்தியஞான சபையை நிர்மாணித்த பிறகு சிதம்பரம் கோயிலை அவர் திரும்பிப் பார்க்கவில்லை என்று தெரிகிறது" என்கிறார் ராஜ்கௌதமன் (ப.107).

தில்லைக் கோயிலின் மீது வள்ளலாருக்கு இருந்த ஈடுபாடே வடலூரில் தான் நிறுவிய சபைக்கு, 'உத்தர ஞானசிதம்பரம்' (அதாவது வடக்குச் சிதம்பரம்) என்று பெயரிட வைத்தது. ஆனால் வள்ளலார் கோயில் வழிபாட்டுக்கு அடிப்படையான உருவ வழி பாட்டைத் தாம் நிறுவிய ஆன்மீக மையத்தில் நிராகரித்தார். அதற்குக் 'கோயில்' என்று பெயரிடாமல் 'சபை' என்று பெயரிட்டார். கோயில்களில் சமயம்சார்ந்த அடியவர்களுக்கு உணவளிக்கும் மரபு தமிழகத்தில் தொன்றுதொட்டே நடந்து வந்துள்ளது. தில்லையிலும் அவ்வாறு உணவளிக்கப்பட்டதனை 'அன்னம் பாலிக்கும் தில்லைச் சிற்றம்பலம்' என்ற அப்பர் தேவாரத்தினால் அறியலாம். பல நூற்றாண்டுகளாகத் தமிழகத்தில் பிராமணருக்கு மட்டுமே அன்னதான ஏற்பாடுகள் செய்யப்பட்டிருந்தன. பெருந்தொகையில் ஏழை எளியவர் அனைவரும் உண்டு பசியாறும் ஏற்பாட்டைச் செய்தவர் முதன்முதல் அடிகளார்தாம் என்பதே உண்மை (தமிழக வரலாறு கே.கே. பிள்ளை, பக். 491), அடியவருக்கு உணவளித்தல் என்ற கோயில் நடைமுறையினையும் சாதி, மதம் கடந்து ஏழை, எளியவர்களுக்கு உணவளித்தல் என்ற நடைமுறையாக மாற்றிக் காட்டினார்.

சைவக்கோயில்கள் சாதிமரபிற்கு உட்பட்டவையே. ஆனால் தில்லைக்கோயிலோ ஒரு சாதிப் பிரிவுக்கு மட்டுமேயுரிய சொத் தாகவும் இருந்து வருகின்றது. ஆறுமுக நாவலர் போன்ற அறிஞர் களை ஆதரித்த சைவத் திருமடங்களும் (தமிழகத்தில் பதினெட்டு வகையான சைவத் திருமடங்கள் உள்ளன) சாதிக் கயிற்றால் கட்டப்பட்டவையே.

"சமயச் செயல்பாடுகள் மடங்கள் என்னும் அதிகார மையங் களான நிறுவனங்களால் முன்னெடுக்கப்பட்ட காலச் சூழலில் வள்ளலார் வாழ்ந்தார். அம்மடங்கள் அனைத்தும் சாதிய நியதியைப் பேணியவை. அந்தச் சூழலில் இவரது தனித்த போராட்டம் வியப்பளிக்கும் வகையில் உள்ளது" என்று மதிப்பிடுகிறார் வீ. அரசு. (வள்ளலார் கடிதங்கள் முன்னுரை) 'இராமலிங்கம்பிள்ளை தம்

சாதி கீழாயிருத்தல் கண்டே' என்பது மறுப்பு நூலில் உள்ள ஒரு தொடர் என்பதையும் இங்கே நினைவில் கொள்ள வேண்டும்.

வள்ளலார் பசிப்பிணி நீக்கும் செயலுக்கு அளித்த முதன்மை ஆன்மீக வரலாற்றில் ஒரு புதுமையாகும். 19ஆம் நூற்றாண்டில் தமிழ்நாட்டில் பல பஞ்சங்கள் ஏற்பட்டன. காலனிய ஆட்சியின் பஞ்ச நிவாரண ஆவணங்களே இப்பஞ்சங்களின் கொடுமையை நமக்கு விளக்கப் போதிய ஆவணங்களாகும். எனவே பசிப் பிணியை மனிதகுலத்தின் முதல் எதிரியாகக் கண்டு வள்ளலார் அஞ்சியதற்கு அவர் வாழ்ந்த காலச் சூழலும் அரசும் ஒரு காரணமாகும். 'கருணையிலா ஆட்சி கடுகி ஒழிக' என்ற அறச் சீற்றத்துக்கும் இதுவே காரணமாகும். எனவே வள்ளலார், சைவம் என்ற எல்லையைத் தாண்டி சமரசம் என்ற பெருவெளியில் நுழைகின்றார். அதாவது தன் சமகாலச் சைவ மடங்களையும் வள்ளலார் நிராகரிக்கின்றார்.

ஆனால் சமகாலச் சைவத்தால் வள்ளலாருடன் முரண்பட மட்டுமே முடிந்தது. மரபுவழி வரலாற்றின்படியே அவரை விலகவோ விலக்கவோ இயலாமல் போயிற்று. ஏனென்றால் வள்ளலாரின் காலம் தொடர்புச் சாதனங்கள் வளர்ச்சி பெறும் காலமாகவே இருந்தது. அச்சு எந்திரம், இரயில் வண்டி, பங்கி வண்டி ஆகிய 'நவீனங்கள்' அவரது அனுபவ எல்லைக்குள் வந்துவிட்டன. எனவே வள்ளலாரைப் பத்தொன்பதாம் நூற்றாண்டில் சைவ சமய ஆன்மீக வரலாற்றில் எழுந்து 'வெற்றி பெற்ற ஒரு முரண்பாடு' என்று மதிப்பிடலாம்.

தமிழக வரலாற்றில் வள்ளலாரைப் பற்றிய மிகை மதிப்பீடு களே நிறைய வந்துள்ளன. அவரது கால அச்சியந்திர வளர்ச்சி, மதங்களின் பெருத்த ஆதரவுபெற்ற ஆறுமுக நாவலருடன் கருத்து மோதல் நிகழ்த்தியமை, ஈழத்து வேளாளர்களிடையே சிதம்பரம் கோவிலின் செல்வாக்கு, 'பொது' என்பதற்கு சாதி–மதம் கடந்து அவர்கொண்ட பொருள், சிதம்பரம் கோவிலை உரிமை கொண்டாடிய ஒரு குறிப்பிட்ட சாதியினரின் அதிகாரம், வள்ளலார் பாடலைக் கோவிலில் பாடமுற்பட்டதாக வைக்கப்படும் குற்றச்சாட்டு, தன் வாழ்நாளின் பிற்பகுதியில் சிதம்பரம் கோயிலை விட்டு முற்றிலும் நீங்கியமை, தான் தொடங்கிய 'சத்திய ஞான சபைக்கு உத்தர (வடக்கு) ஞான சிதம்பரம்' என்று பெயரிட்டது, ஆடும் மூர்த்தியின் திருவுருவத்துக்குப் பதிலாக ஒளிவிளக்கு ஒன்றினை ஏற்றி வழிபடச் செய்தது – இவற்றையெல்லாம் கவனத்தில் கொண்டவாறே சிதம்பரம் கோவிலை அணுக வேண்டும்.

சிதம்பரம் கோயில் குறித்த எல்லாக் கதைகளும் 'பொது' எனப்படும் தீட்சதர்களின் சாதி அமைப்பைச் சுற்றியே வருகின்றன. 15 ஆண்டுகளுக்கு முன் தமிழறிஞர் வ.சுப. மாணிக்கம், சிதம்பரம்

கோவிலின் அர்த்த மண்டபத்தில் தமிழ் பாட ஒரு இயக்கம் நடத்தியதும் 'பொது'விடத்தில் அவர் தோற்றுப்போனார் என்பதும் குறிப்பிடத்தக்கவை.

ஆழ்வார் பாடல்களும் கண்ணன் பாட்டும்

கண்ணன் பிறந்தான் – எங்கள் – கண்ணன் பிறந்தான் புதுக்
கவிதைகள் பிறந்ததம்மா...

என்பது ஒரு திரைப்படப் பாடலடியாகும். கவிஞர் கண்ணதாசன் இந்த அடியினை ஆராய்ச்சி உணர்வோடு எழுதினார் என்று கொள்ளுவதற்கில்லை. இருப்பினும் இந்திய மொழிகளில் இலக்கிய வரலாற்றைக் கூர்ந்து பார்த்தால் கி.பி. ஏழாம் நூற்றாண்டு முதல் கி.பி. பதினேழாம் நூற்றாண்டுவரை 'கண்ணன்' என்னும் தெய்வம் இந்திய மொழிகளில் கவிதையின் ஊற்றுக்கண்ணாக விளங்கி யிருப்பதை உணரலாம்.

வைணவம் குறித்த தொன்மையான சான்றுகள் நமக்குச் சங்க இலக்கியத்திலேயே காணக்கிடைக்கின்றன. கண்ணனார், காரிக் கண்ணனார், விண்ணந்தாயன் ஆகிய வைணவப் பெயர் மரபுகளைச் சங்கப் பாடல்களின் துறைக்குறிப்புகளில் காணுகிறோம். இவற்றுள் 'விண்ணன்' என்பது 'விஷ்ணு' என்ற பெயரின் தமிழிய வடிவமாகும். காரிக்கண்ணன் என்பது வாசுதேவ கிருஷ்ணன் என்ற பெயரின் தமிழ் வடிவமாகும்.

செங்கட்காரி கருங்கண் வெள்ளை
பொன்கட் பச்சை பைங்கண்மா அல்

என்று பரிபாடல் திருமாலின் 'வியூக' அவதாரங்களைப் பதிவு செய் கின்றது. 'செங்கட்காரி' என்ற பெயரே காரிக்கண்ணன் என்று தமிழில் வழங்கப்பெற்றது என்பதைப் புலவர் ஒருவர் பெயரால் அறிகிறோம்.

கண்ணன் என்ற பொதுப்பெயரால் பக்தி இலக்கியங்களில் குறிக்கப்படும் தெய்வம் இந்த வாசுதேவ கிருஷ்ணனேயாகும். இருபது நூற்றாண்டுகளாகத் தமிழ்நாட்டில் மாறாத மக்கள் பெயர் வழக்கு களாக விளங்கும் பெயர்கள் கண்ணன், குமரன், சாத்தன், முருகன் என்ற மிகச் சிலவே ஆகும். 'கண்ணன் பாட்டு' என்ற பெயரில் பாரதியார் ஆக்கித்தந்த 23 பாடல்களுக்கும் தமிழ் இலக்கியத்தில் தொன்மையான வேர்கள் உண்டு என்பதை இவ்விடத்தில் நினைவில்

கொள்ள வேண்டும். இவ்வேர்களைக் குறித்த மு. இராகவையங்காரின் 'கண்ணபிரானைப் பற்றிய தமிழ்நாட்டு வழக்குகள்' என்னும் கட்டுரையும் இங்கே நினைவு கொள்ளத்தக்கது.

'விபவம்' என்னும் இதிகாசப் பிறப்பிற்குக் காரணமான இராமன், கிருஷ்ணன் என்னும் இரண்டு அவதாரங்களில் கி.பி. ஏழாம் நூற்றாண்டில் கிளர்ந்தெழுந்த பக்தி இயக்கத்தின் தமிழ்நாட்டு வைணவம் கிருஷ்ண அவதாரத்தையே பெரிதும் கொண்டாடியது. இராம அவதாரத்தை விதிவிலக்காக மட்டுமே அது கொண்டாடியது. அதுபோலவே பிற்காலச் சோழர், பிற்காலப் பாண்டியர், விசயநகர ஆட்சிக் காலத்தில்தான் இராம அவதாரத்திற்கான கோயில்களும் தமிழ்நாட்டில் ஓரளவு எழுந்தன. தமிழ்நாட்டில் கிடைக்கும் திருமாலின் வெண்கலத் திருமேனிகள் எல்லாம் பெருமளவு கிருஷ்ண அவதாரம் சார்ந்ததாகும். கிருஷ்ணன் என்னும் கண்ணனுக்கு மகிழிணையாக வடநாட்டு இலக்கிய மரபுகள் ராதையைக் கொண்டாடியது போலத் தமிழிலக்கியங்கள் நப்பின்னையைக் கொண்டாடின.

நாண்இத்தனையும் இலாதாய்
நப்பின்னை காணில் சிரிக்கும்

என்று பெரியாழ்வார் கண்ணனுக்கு நப்பின்னையை முறைப் பெண்ணாகவே காட்டுகின்றார். நாச்சியார் திருமொழியில், 'மாமிமார் மக்களேம்', என்றே ஆண்டாள் மைத்துன உறவு முறை களைக் குறிக்கின்றார். பாலியல் ரீதியிலான இந்த முறைப்பெண்-முறை மாப்பிள்ளை உறவுமுறை திராவிடர்களுக்கே உரியது என்று ஹட்டன் குறிப்பிடுவார். (HUTTON, J.H., Caste in India, Oxford University Press, Bombay, Reprint, 1969).

கண்ணன் என்னும் தெய்வம் குறித்துச் சங்க இலக்கியத்திலும் ஆழ்வார் பாடல்களிலும் பிற்காலத் தத்துவ நூல்களிலும் உள்ள செய்திகள் மூன்று அடுக்குகளாக உள்ளன.

1. பாகவதக் கதைகள் காட்டும் கண்ணன்

2. பாரதமும் இராம காவியமும் காட்டும் கண்ணன்

3. கீதை என்னும் தத்துவ நூல் காட்டும் கண்ணனைவிட முதன்முதலாக இளங்கோவடிகள் தம் சிலப்பதிகாரத்தில் பாகவதக் கதை காட்டும் கண்ணனையே பெருமளவு இராம, கிருஷ்ண அவதாரக் கதைகளுடன் கலந்து காட்டுகின்றார்.

மூவுலகு மீரடியான் முறை நிரம்பா வகை முடியத்
தாவிய சேவடிசேப்பத் தம்பியொடுங் கான்போந்து
சோவரணும் போர்மடியத் தொல்லிலங்கை கட்டழித்த

சேவகன் சீர் கேளாத செவியென்ன செவியே
திருமால் சீர் கேளாத செவியென்ன செவியே

என்பது ஆய்ச்சியர் குரவைப் பாடலாகும்.

ஆனாலும் பின்வந்த ஆழ்வார்கள் கிருஷ்ண (கண்ணன்) அவதாரத்தையே பெரிதும் கொண்டாடினர். கீதை உரைத்த கண்ணனைப் பற்றிய குறிப்புகள் ஆழ்வார்களின் பாசுரங்களில் ஒன்றிரண்டு மட்டுமே வருகின்றன. சமகாலச் சூழலில் இது வியப்புக் குரிய செய்தியே. ஆனாலும் இதுவே உண்மையாகும்.

கீதை உரைத்த கண்ணனை நான்முகன் திருவந்தாதியில் வரும்

சேயன் அணியன் சிறியன் மிகப்பெரியன்
ஆயன் துவரைக் கோன் ஆய் நின்ற மாயன் அன்(று)
ஓதியவாக் கதனைக் கல்லார் உலகத்தில்
ஏதிலராய் மெய்ஞ்ஞானமில் (71)

என்ற ஒரே ஒரு பாடல் மட்டுமே குறிப்பாகப் பேசுகின்றது. பிற்காலத்தில் வைணவ ஆசாரியர்கள் மட்டுமே கீதையினைச் சற்றே விரிவுபடுத்து கின்றனர். ஆழ்வார்களின் பாசுரங்களில் அதற்கு இடமில்லை.

செம்மையுடைய திருவரங்கர் தாம் பணித்த
மெய்ம்மைப் பெருவார்த்தை

என்ற ஆண்டாளின் பாசுரம் கீதையினைக் குறிப்பாகச் சுட்டுவ தாகப் பிற்கால உரையாசிரியர்கள் வலிந்து பொருள் கூறுகின்றனர்.

கிருஷ்ண வழிபாட்டில் பாகவதக் கதைகளே மிகத் தொன்மை யானவையாகும். இந்தப் பாகவதக் கதைகளில் மிகப் பழமையான குருந்து ஒசித்த கதை,

வடா அது,வண்புனல் தொழுநை வார்மணல் அகன்றுறை
அண்டர் மகளிர் தண்டழை யுடீஇயர்
மரஞ்செல மிதித்த மாஅல் போல

எனச் சங்க இலக்கியத்தில் பதிவு பெற்றுள்ளது. மல்லரை அட்டது, மதயானையை வென்றது, சகடாசுரனை வென்றது, பாம்பினைக் கயிறாகக்கொண்டு கடல் கடைந்தது, கோவர்த்தன கிரியைக் குடை யாகப் பிடித்தது, மரக்கால் ஆடல் ஆடிக் காட்டியது, குடக்கூத்து ஆடியது ஆகியவற்றை இராமாயண பாகவதக் கதைகளோடு இளங்கோவடிகள் கலந்து காட்டுகின்றார். ஆழ்வார் பாசுரங்களோ பாகவதக் கதைகள், பாரதம்சார் கதைகள், இராமாவதாரக் கதைகள் என்ற அளவிலேயே கதைகளைப் பதிவு செய்கின்றன.

ஆழ்வார்கள் பாசுரங்கள் கண்ணனைப் பெருந்தெய்வமாகக் காட்டும் அதே வேளையில் அவனை மிக எளியவனாகவும் காட்டு கின்றன. சௌலப்யம் (எளிவந்த தன்மை) என்பது கண்ணன் அவதாரத்தின் உயர்ந்த பண்புகளில் ஒன்று. துறையும் படியுமாக அமைந்த ஆறுபோல அல்லாமல் அடியார்க்கு அவன் இறங்கிய இடமெல்லாம் துறையாகும்படி இருப்பான் என்பதே இதன் விளக்கமாகும். ('அடியார்க்கு இழிந்த இடமெல்லாம் துறையாகும்படி' எனப் பிற்கால ஆசாரியர்கள் உரை வியாக்கியானம் செய்வர்.) எனவே தயக்கமின்றி ஆழ்வார்களின் பாசுரங்கள் கண்ணனைப் பலபட உரிமையுடன் பழிக்கின்றன.

கண்ணன் பெருவயிற்றுக்காரன். "சட்டித் தயிரும் தடாவினில் வெண்ணெயும் உண் பட்டிக் கன்று" (பெரியா. திருமொழி) அவன் வெண்ணெயும் தயிரும் திருடித் தின்பவன். "கறந்தநற் பாலும் தயிரும் கடைந்துறி மேல் வைத்த வெண்ணெய், பிறந்ததுவே முதலாகப் பெற்றறியேன் எம்பிரானே" (பெரியா. திருமொழி). "தாரார் தடந்தோள்கள் உள்ளளவும் கைநீட்டி, ஆராத வெண்ணெய் விழுங்கி அருகிருந்த மோரார் குடமுருட்டி (திருமங். சிறிய திருமடல்) ஏதும் அறியாதவன்போல் பொய்யுறக்கம் கொள்ளுபவன். அவன் ஒரு பொய்சொல்லி. "புறம்போலும் உள்ளும் கரியன்" (நாச்சியார் திருமொழி). "புல்லாணி எம்பெருமான் பொய்கேட்(டு) இருந்தேனே" (திருமங்கை) என்று புலம்புகிறாள் ஒரு கன்னி. அவன் தாய் அவனைக் கண்டித்து வளர்க்கத் தவறிவிட்டாள். "அஞ்ச உறப்பாள் அசோதை, ஆணாட விட்டிட்(டு) இருக்கும்" (நாச்சியார் திருமொழி). ஆனால் அந்தத் தாயோ பேய்ச்சி முலையுண்டு அவளைச் சாகடித்த இந்தப் பிள்ளையிடம் ஏதும் சொல்ல அச்சப்படுகிறாள். "பேய்ச்சி முலையுண்ட பின்னை இப்பிள்ளையைப் பேசவும் அஞ்சுவனே" (பெரியா. திருமொழி). அத்துடன் பாகவதக் கதைகள் சொல்லாத குறும்புகளையும் ஆழ்வார்களின் பாசுரங்கள் பேசுகின்றன. வீட்டில் தனியாக இருந்த கன்னியின் கையைப் பற்றி அவள் வளைகளைக் கவர்ந்து போய்க்கொடுத்து நாவற்பழம் வாங்கித் தின்றானென்று கண்ணக் குறும்புகளை ஆழ்வார் பாசுரங்கள் பேசுகின்றன.

> இல்லம் புகுந்தென் மகளைக் கூவிக்
> கையில்வளையைக் கழற்றிக் கொண்டு
> கொல்லையில் நின்றும் கொணர்ந்து விற்ற
> அங்கொருத்திக்(கு) அவ்வளைகொடுத்து
> நல்லன நாவற்பழங்கள் கொண்டு
> நானல்லன் என்று சிரிக்கின்றானே

என்பது பெரியாழ்வார் பாசுரம்.

இந்தப் பிற்புலத்தில் பாரதியின் கண்ணன் பாடல்களை நோக்கு வது மரபுசார்ந்த ஒரு முறையாகும். மற்றொரு வகையாகக் கண்ணன் பாட்டுக்களின் தனித்தன்மை எனப் பேசத்தக்க சிலவற்றை முதலில் காணவேண்டும். கண்ணனை 'எல்லாம்' ஆகப் பார்க்கும் பாரதியின் பார்வை ஆழ்வார்களிடமிருந்து கவித்துவ அளவிலும் வளர்ச்சி பெற்றுள்ளது.

மழைக்குக் குடைபசி நேரத் துணைவென்றன்
வாழ்வினுக் கெங்கள் கண்ணன்

—

பொன்னவிர் மேனிச் சுபத்திரை மாதைப்
புறங்கொண்டு போவதற்கே – இனி
என்ன வழியென்று கேட்கில் உபாயம்
இருகணத் தேயுரைப்பான்.

(கண்ணன் என் தோழன்)

கண்ணனைக் குழந்தையாகவும் நாயகனாகவும் தெய்வமாகவும் மட்டுமே ஆழ்வார்கள் பார்க்க, பாரதியோ தாயாகவும் தோழ னாகவும் சற்குருவாகவும், ஆண்டானாகவும் அடிமையாகவும் நாயகியாகவும் பார்க்கிறான். தெய்வத்தை வைதீகச் சமயங்கள் நாயக – நாயகி பாவனையில்தான் பெரும்பாலும் பாடியிருக்கின்றன. பாரதியோ நாயிகா – நாயக பாவத்தில் பாடத் துணிந்திருக்கின்றான். 'கண்ணம்மா என் காதலி' என்ற தலைப்பில் அமைந்த பாடல்கள் தமிழ் அகப்பொருள் மரபினை மீறியவையாகும். (இசுலாமிய மரபில் குணங்குடி மஸ்தானின் 'மனோன்மணிக்கண்ணி' பாரதிக்கு முன்னான ஒரு மரபு மீறலாகும்). மற்றொன்று, தெய்வத்தைக் கவிஞன் தன் வேலைக்காரனாகக் கண்டு பாடுவதாகும். இதுவே பாரதி படைத்த புதுமையாகும். 'விளிம்பு நிலை மனிதர்கள்' என்ற சொல்லாடல் கேட்கப்பெறாத காலத்தில் பாரதியின் இந்த 'சனநாயக உணர்வு' காலப் பிற்புலத்தோடு நினைத்துப் பார்க்க வேண்டிய ஒன்றாகும். 'கண்ணன் என் ஆண்டான்' என்ற தலைப்பில் அமைந்த பாடல் பள்ளு இலக்கியங்களின் பாதிப்பைப் பெற்றிருந்தாலும் அது காலனிய ஆட்சிவரை தமிழகத்தில் நடைமுறையிலிருந்த பண்ணை அடிமை முறை பற்றிய சுருக்கமான சொற்சித்திரமாகும்.

மரபுவழி அகப்பொருள் கவிதையாக இருந்தாலும் வேறு யாரும் பேசத் துணியாத ஒரு செய்தியினைப் பாரதி 'கண்ணன் என் தாய்' என்ற தலைப்பில் பேசுகின்றார். "வரலாறு என்பது மதக் கொலை களாலும் அரசர்களின் கூத்துக்களாலும் ஆனது. வேதங்களிலும் பொய் வேதங்கள் உண்டு. மூத்த தலைமுறையினரும் பொய் நடைக்

காரராக இருப்பர்." இதனைச் சொல்லும் துணிவு பாரதிக்கு முன்னிருந்த கவிஞர்களுக்கு இல்லை என்பதை உணரவேண்டும்.

> கோத்தபொய் வேதங்களும் – மதக்
> கொலைகளும் அரசர்தம் கூத்துக்களும்
> மூத்தவர் பொய் நடையும் – சில
> மூடர் தம் கவலையு மவள் புனைந்தாள்

என்கிறார் பாரதி.

> போலிச் சுவடியை எல்லாம் இன்று
> பொசுக்கிவிட்டால் எவர்க்கும் நன்மை உண்டென்பான்

என்று பாரதி கூறும் ஒரு கருத்தினை,

> கள்ளப் பொய் நூல்கள்

என்று வைணவத் தத்துவ நூலான ஆசார்ய ஹ்ருதயமும் கூறுகின்றது.

'சொல் புதிது, பொருள் புதிது' என முழங்கும் பாரதியின் முழுமையான புதுமை ஈடுபாடு, அகப்பாட்டிலும் கூட எதிரொலிக்கின்றது.

> நாட்டினிற் பெண்களுக்கு நாயகர் சொல்லும் – சுவை
> நைந்த பழங்கதைகள் நானுரைப்பதோ?

என்கிறார் பாரதி.

இப்படி ஒரு காதலன் தமிழ் அகப்பொருள் மரபில் பேசியதில்லை. வெவ்வேறு மனநிலைகளிலிருந்து பாடப்பட்ட கண்ணன் பாடல்களில் ஓரிடத்தில் (தோழன்) பாரதி தன்னை அர்ச்சுனனாகவும் மற்றோரிடத்தில் தன்னை அர்ச்சுனனின் தம்பியாகவும் கற்பனை செய்து கொள்கின்றார்.

> ஆண்டு அருள் புரிந்திடுவாள் – அண்ணன்
> அர்ச்சுனன் போல் என்னை ஆக்கிடுவாள்
>
> (கண்ணன் என் தாய்)

'காலத்தால் அழியாத நவகவிதை' எழுதவந்த பாரதி என்ற பெருங்கவிஞன் தமிழ்க் கவிதை மரபிலும், இந்தியக் கவிதை மரபிலும் மிகப்பழமையான ஒரு பாடுபொருளை எடுத்துக் கொண்டு 23 பாடல்களை ஏன் ஆக்கியிருக்க வேண்டும்? காலப் பின்னணியோடும் களப் பின்னணியோடும்தான் இந்தக் கேள்வியை நாம் எதிர்நோக்க வேண்டும்.

வைணவக் குடும்பத்தில் பாரதி பிறக்கவில்லை. எனவே கண்ணன் என்ற பெரும் தெய்வத்தின் மீதான நேயம் அல்லது கவர்ச்சி பாரதிக்குப் பிறப்பிலும் வளர்ப்பிலும் கிடைத்ததாகத் தெரியவில்லை. தன் தாய்வழிப் பாட்டனாரைக் கூடச் சிவபூசை செய்பவராகவே பாரதி காட்டுகின்றார். கண்ணன் பாடல்களில் கூட 'சிவயோகம்' என்ற சொல் மூன்று இடங்களில் வருகின்றது. கண்ணன் பாடல்கள் அனைத்தும் 1917ஆம் ஆண்டு பிறந்தவை என்று சீனி. விசுவநாதனின் 'பாரதி ஆய்வுப் பதிப்பு' தெரிவிக்கின்றது. அதாவது பாரதியின் புதுச்சேரி வாழ்க்கையின் கடைசிப் பகுதியில் இப்பாடல்கள் பிறந்துள்ளன. வைணவ இலக்கிய உலகத்துடன் பாரதிக்குக் கிடைத்த தொடர்பினை மண்டையம் திருமலாச்சாரியாரின் நட்பின் வழியாகவே நம்மால் புரிந்துகொள்ள முடிகின்றது. மண்டையம் ஆச்சாரியார் மகள் யதுகிரியம்மாள் தனது தந்தையாரும் பாரதியும் ஆழ்வார்ப் பாடல்கள் குறித்து பேசிக்கொள்வது வழக்கம் என்கிறார். இந்த ஒரு தொடர்பு மட்டுமே 'கண்ணன் பாட்டு' என்னும் பெருங்கலைப் படைப்புக்குக் காரணம் என்று கூற இயலாது.

பாரதி முழுமையான விடுதலையினை யாசித்த ஒரு கவிஞர். 'வேண்டுமடி எப்போதும் விடுதலை' என்று மீண்டும் அடிமைத் தளையில் சிக்க மறுக்கின்ற கவிஞர். பாரதியின் விடுதலை உணர்வு அரசியல் தளத்தில் மட்டுமல்லாது கலைத் தளத்திலும் பரவி நிற்கின்றது. அதிகாரம் சார்ந்த எல்லா வகையான ஒழுங்கு முறைகளையும் மீற விரும்புவது கவிஞரின் மனமாகும். காந்தி யுகத்தின் தொடக்கம்வரை வாழ்ந்திருந்தாலும் பாரதி அரசியல் தளத்தில் திலகரின் மாணவராகவே இருக்கின்றார். எனவே, 'எல்லாவற்றிலிருந்துமான விடுதலை' என்ற திலகரின் முழக்கம் ஆன்மீகத் தளத்திலும் பாரதியை ஈர்க்கின்றது. 'திலகர் முனி, 'திலகர் கோன்' என்று பாரதியும், 'குருநாதர்', 'ஆசிரியர் பிரான்' என்று பாரதியின் தோழரான வ.உ.சி.யும் திலகரைக் கொண்டாடுகின்றனர். திலகர் இந்திய தேசியத்தை ஆன்மீகத் தளத்திலிருந்தும் காண முற்பட்டவர். 'இந்து, இந்தி, இந்தியா' என்ற தனது நூலில் எஸ்.வி. ராஜதுரை இதனை விளக்கமாகப் பேசியுள்ளார். மதம் என்பது ஒரு அதிகாரக் கட்டுமானம். ஆனாலும்கூடத் தமிழ் நாட்டு வைணவம் அந்தப் பொது நெறியிலிருந்து சற்று விலகியே நிற்கின்றது. அரசுப் பிறப்பு, அரசதிகாரம் ஆகியவற்றோடு தொடர்புடையது இராமாவதாரம். அன்றும் இன்றும் அரசியல் அதிகார வேட்கையினை உடையவர்கள் இராமாவதாரத்தினைக் கொண்டாடுவதன் உட்கிடக்கை இதுவே தான். அதனைவிடப் புற அழுக்கு நிறைந்த வாழ்க்கை அசைவுகளையுடைய கிருஷ்ணாவதாரத்தையே வைணவர்கள் கொண்டாடுகின்றனர். "பிரபத்திக்கு தேசநியமமும் காலநியமமும் பிரகார நியமமும் அதிகாரி நியமமும் பல நியமமும் இல்லை" என்று கூறி சுத்த அசுத்தக்

கோட்பாடுகளை உடைத்தெறியும் 'ஸ்ரீவசந பூஷணம்' எனும் வைணவத் தத்துவ நூல், திரௌபதி தீட்டுக்குரியவளாக இருந்த காலத்தில் பக்தி செய்த நிகழ்ச்சியையும் இரத்தவாடையும் பிணவாடையும் அடிக்கின்ற போர்க்களத்தில் அர்ச்சுனனுக்குக் கிருஷ்ணனால் கீதை சொல்லப்பட்டதையும் உதாரணமாக எடுத்துக்காட்டுகின்றது.

அதிகாரச் சார்பு ஏதுமற்ற பாகவதக் கதைகள் காட்டும் கண்ணன் தனது குறும்புகளின் மூலமாக, கற்பிக்கப்பட்ட ஒழுக்க நெறிகளைச் சவாலுக்கு அழைக்கின்றான். வேறு வகையில் சொல்லுவதனால், 'தெய்வம்' என்ற பெயரில் ஒரு அதிகார மையத்தை பாகவதக் கதைகளைக் கொண்டு உருவாக்க இயலாது. அரசியல் தளத்தில் ஒரு அதிகார மையத்தினை அழித்துச் சனநாயக உணர்வுகள் தலைதூக்க வேண்டுமென்பது பாரதியின் விருப்பம். இந்த சனநாயக உணர்வுக்கு அதிகார வலைக்கு உட்படாத பாகவதக் கண்ணன் கதைகள் உணர்வுரீதியாகத் துணைசெய்கின்றன. பாரதிக்குக் கண்ணன் வாழ்வியலும் கவித்துவமும் நிறைந்த ஒரு தெய்வம். எனவே கண்ணன் பாட்டில் வைணவம் என்ற சமய அதிகார மையம் ஒன்று உருவாகவில்லை. மாறாக 'மையம் அழித்தல்' என்ற வகையில் சனநாயக உணர்வுகள் பரவலாக்கப்படுகின்றன. எனவேதான் கண்ணனின் குறும்புகளைத் தானும் தன் பங்குக்குப் பாரதி 'பின்னலைப் பின்நின்று இழுப்பான்' 'குழல்கேட்டு மயங்கும் வாயில் எறும்பு பிடித்துப்போடுவான்' என்றெல்லாம் மேலும் விரிவுசெய்கின்றார். இந்த 'அதிகார மையம் அழித்தல்' என்பதே விடுதலை உணர்வின் மறுபக்கமான சனநாயக உணர்வாகும். ஆழ்வார்களின் பாடல் சாரமாக, அதே நேரத்தில் கவித்துவமும் சனநாயக உணர்வும் கொண்ட கவிதைகளாகக் 'கண்ணன் பாட்டு' மலர்ந்திருப்பதற்கு இதுவே காரணமாகும். இதனைத் தாண்டி கண்ணன் பாடல்களின், 'இசைத் தகுதி' ஆழ்வார்களின் பாடல்களைப் போலச் சனநாயக உணர்வுகளைச் சுமந்து வரும் ஊர்தியாகப் பயன்பட்டிருக்கின்றது. இசைவாணர்களே அதனை மதிப்பீடு செய்ய வேண்டும்.

பண்பாட்டுக் கலப்பு

வைணவ இலக்கியப் படைப்பாளிகளில் ஆண்டாள் சில தனிச் சிறப்புகளை உடையவராவார். பன்னிரு ஆழ்வார்களில் அவர் ஒருவரே பெண் என்பதோடு, மற்றுமொரு வைணவ இலக்கியப் படைப்பாளியின் மகள் என்பதும் அவர் பெற்ற சிறப்பாகும். தமிழ் நாட்டு வைணவர்களின் வழக்கில் உள்ள ஆண்டாளின் வாழித் திருநாமப்பாட்டு, "அவர் பெரியாழ்வாரின் மகள், திருமல்லிவள

நாட்டைச் சேர்ந்தவர், திருஆடிப்பூர நாளில் பிறந்தவர். அரங்கனுக்கே மாலை சூடிக்கொடுத்தவர், இராமநுசரை அண்ணனாகப் பெற்றவர், திருப்பாவை முப்பது பாடல்களும் நாச்சியார் திருமொழி 143 பாடல்களும் பாடியவர்" ஆகிய செய்திகளைத் தருகின்றது.

பிற்காலத்தவரால் ஓடம், ஊசல், கும்மி, பிள்ளைத்தமிழ் எனப் பல்வேறு சிற்றிலக்கியங்களும் வைணவத்தில் ஆண்டாளின் மீதே நிறையப் பாடப் பெற்றிருக்கின்றன. மேலும் திருப்பதி, திருவரங்கம் ஆகிய கோயில்களில் கருவறைக்குள்ளாகவும் தமிழகத்தின் வீதி களிலும் இன்றளவும் பாடப் பெறும் இலக்கியமாகவும் அவரது திருப்பாவைப் பாடல்கள் அமைந்துள்ளன. அத்துடன் பதினாறாம் நூற்றாண்டுக்கு முன்னரே திருப்பாவைக்கு வைணவ உரையாசிரியர் அறுவர் உரையும் விரிவுரையும் எழுதியுள்ளனர். திருக்குறள், திருமுருகாற்றுப்படை ஆகிய நூல்களைத் தவிர்த்து மிகுதியான உரைகளைப் பெற்ற நூல் இதுவே எனலாம்.

தமிழ் இலக்கிய உலகில் திருப்பாவை அளவுக்கு அவரது மற்றொரு படைப்பான நாச்சியார் திருமொழி அறியப் பெறவில்லை. பதினான்கு திருமொழிகளாக அமைந்துள்ள இப்பாடல்களுக்குப் பதின்மூன்றாம் நூற்றாண்டில் அறுவரும் இருபதாம் நூற்றாண்டில் ஸ்ரீ கிருஷ்ணசாமி ஐயங்காரும் உரை எழுதியுள்ளனர்.

வைணவத் தமிழ் இலக்கியங்களில் சாதி அமைப்புக்கு எதிரான ஒரு குரல் காலந்தோறும் தொடர்ந்து ஒலித்து வந்திருக்கின்றது. இதனைத் தொடங்கி வைத்தவராகத் தொண்டரடிப் பொடி யாழ்வாரைக் குறிப்பிடலாம். இவரை அடுத்து இக்குரலுக்கு வலிமை சேர்த்தவராகப் பெரியாழ்வாரையும் அவர் மகளான ஆண்டாளையும் குறிப்பிட வேண்டும். வைணவ மரபுக் கதைகளிலிருந்தும் பாடல் களிலிருந்தும் பிறப்பினால் இவர்கள் பார்ப்பன வகுப்பைச் சேர்ந்த வர்கள் என்று தெரிகிறது. இவர்கள் வாழ்ந்த காலத்திய சமூகத் தலைமை பார்ப்பனர்களிடமே இருந்தது. ஆனாலும் இதற்கு மாறான ஒரு குரலை இவர்கள் இருவரும் தங்களின் கவிதைகளில் பதிவு செய்துள்ளனர்.

பக்தி இலக்கியத்தின் முதன்மையான இலக்கிய உத்தி என்பது நாயகன் நாயகி பாவனை ஆகும். ஆனால் பெரியாழ்வார் தம் கவிதைகளில் கண்ணனுக்குத் தாயாக (இடைச்சாதிப் பிறப்புடைய வளாக) தன்னைக் கற்பனை செய்து கொள்கிறார். பெண் என்பதால் ஆண்டாளுக்கோ நாயகி பாவனை தேவையற்றதாக இயல்பாகவே கண்ணன் மேல் காதல் உணர்வு பெருக்கெடுத்ததாயிற்று. வைணவ உரையாசிரியர்கள், "ஏனையோர் எல்லாம் பெண்ணாக வேஷம் கட்டிக்கொண்டு ஆடினார்கள்" என்றும், "ஆண்டாளின் காதல் உணர்வு பள்ளமடைபோல வேகமிகுந்த தாயிற்று' என்று விளக்கு

கின்றனர். திருப்பாவை முப்பது பாடல்களிலும் தன் தந்தையாரைப் போலவே ஆண்டாளும் தன்னை இடைச்சாதியில் பிறந்தவராகக் கருதிக்கொண்டு தன் காதல் உணர்வினை வெளியிடுகிறார். நாச்சியார் திருமொழியிலும் இந்தச் சாதி 'பாவனை' உணர்வு வெளிப்படையாகவே நிற்கின்றது. வடமதுரை, இடைச்சேரி, விருந்தாவனம் (துளசிக்காடு) யமுனையாறு ஆகிய பிற்புலங்களைக் குறிப்பிடுவதோடு 'வாரணமாயிரம்' திருமொழியில் கண்ணனை ஆயன் என்ற சொல்லாலே குறிப்பிடுகின்றார். இவற்றையெல்லாம் மனங்கொண்டே, பதின்மூன்றாம் நூற்றாண்டின் இறுதிப்பகுதியில் வாழ்ந்த பிள்ளை லோகாசாரிய ஜீயர் தம்முடைய 'ஸ்ரீவசநபூஷணம்' என்னும் நூலில் "ப்ராஹ்மணோத்தமரான பெரியாழ்வாரும், திருமகளாரும் கோப ஜந்மத்தை ஆஸ்தாநம் பண்ணினார்கள்" என்று குறிப்பிடுகின்றார்.

ஆண்டாளின் பாடல்களில் புலப்பாட்டு நெறி, பெருந்திரளான மக்களின் வாழ்வியல் சார்ந்ததாகவே அமைந்திருப்பதனை அவரது சொற்களிலும் தொடர்களிலும் காண முடிகின்றது. அவர் தேர்ந்தெடுத்த மொழி நடை இன்றும் புழக்கத்தில் உள்ள சொற்களைக் கொண்டதாக அமைகின்றது என்பது வியப்பான செய்தியாகும். முள்ளில்லாத சுள்ளி, மேலாப்பு (தாவணி), கண்ணாலம், கட்டி அரிசி, பரக்கழி, குப்பாயம் ஆகிய சொற்கள் தென் மாவட்டங்களில் இன்றும் வழக்கில் உள்ளன. இவற்றுள் கடைசியில் அமைந்த பரக்கழி என்னும் சொல், "பழி உண்டாக்கும் பிள்ளையே" என்ற வசைச் சொல் ஆகும். இத்துடன் 'வசவு' என்னும் சொல்லையும் அதற்கு இணையாகத் தென் மாவட்டங்களில் வழங்கும் 'ஏச்சு' என்னும் சொல்லையும் ஒருசேரப் பயன்படுத்துகிறார். மிகுதியும் சேட்டை செய்யும் பிள்ளையினை 'பரக்கழி' என்று ஏசுவது இன்றும் காணப்பெறும் நிகழ்ச்சியாகும். ஆண்டாள் பேசும் உண்பொருள்களும் எளிய மக்களால் நுகரப் பெறும் கட்டி அரிசி, அவல், பொரி முதலியனவே ஆகும். இவற்றுள் அவல், இன்றும் தென்கேரளத்தில் பெரிதும் நுகரப் பெறும் உணவாகும். கட்டி அரிசி என்பது கருப்பட்டிப் பாகுடன் கலந்து செய்யப்பெறும் அரிசி மாவினால் ஆன உணவாகும்.

சொல்லாலும் தொடர்களாலும் மட்டுமன்றி ஆண்டாள் காட்டும் வாழ்நெறிகளும் சடங்குகளும் உறவுமுறை உணர்வுகளும் கூட எளிய மக்களின் சார்பு உடையதாகவே அமைந்திருப்பதனைப் பார்க்கிறோம். நிறைவேறாத காதல் உணர்வால் தான் வாடுவதைப் பாடும்போது, 'நீர்க்காலத்து எருக்கிலம் பழவிலைபோல் வீழ்வேனை' என்கிறார்.

"கோடையிலே பாலறவுலர்ந்த எருக்கிலையிலே மழைத்துளி பட்டவாறே அற்று விழும்" என்று உரையாசிரியர் பெரியவாச்சான்

பிள்ளை இதற்கு விளக்கம் தருகிறார். விரும்பப் பெறாத எருக்கஞ் செடியும் அதன் காய்ந்த இலைகளும் அவற்றின் மழைக்கால வீழ்ச்சியும் 'உயர்சாதிப்' பெண்ணொருத்தியின் அனுபவ எல்லைக்குள் எப்படி வந்தன என்று வியப்படைகிறோம்.

அதனைப்போலவே திருமணச் சடங்குகளைப் பேசும் 'வாரண மாயிரம் திருமொழி'யில் நாத்தனார் முறையுடைய துர்க்கை மணப் பெண்ணின் கழுத்தில் மாலை சூட்டுவதனையும் மணமக்களின்மேல் பொரி அள்ளிப்போடுதல் ஆகிய பார்ப்பனர் அல்லாத மக்களின் திருமணச் சடங்குகளையும் தன்வயப்படுத்திக்கொண்டு பாடுகிறார்.

மாமியார் – மருமகன் உறவுமுறை திராவிடர்களின் உறவு முறையில் கூச்ச உணர்வும் விலக்குகளும் கொண்டதாகும். பிற் படுத்தப்பட்ட தாழ்த்தப்பட்ட சாதி மக்களிடத்தில் இவ்வுணர்வு இன்னும் கடுமையானதாகவே அமைந்திருக்கிறது. மகளைக் கொண்ட மருமகனின் முன் வந்து நிற்பதும் வரவேற்பதும் உணவு பரிமாறுவதும் உரையாடுவதும் இன்றும் பலசாதிகளில் விலக்கப் பட்டதாகவே இருக்கின்றன. ஆண்டாள் மூன்றாம் திருமொழியில் உடைகளைத் திருடிக்கொண்டு மரத்தின் மீது இருக்கும் கண்ணனிடம் தண்ணீர்க் குள் ஆடையின்றி நின்றுகொண்டு உடைகளுக்காகக் கெஞ்சும் பெண்ணாகத் தன்னைக் கற்பனை செய்து கொள்கிறாள். (பாகவதக் கதையில் வரும் இச்செய்தி சங்க இலக்கியத்திலும் பதிவு பெற்றுள்ளது) "மாமிமார் மக்களே யல்லோம் மற்றுமிங்கெல்லாரும் போந்தார்" என்பது ஆண்டாள் பாசுரம். "நாங்கள் உனக்கு மாமிமார் மக்கள் இல்லைதான், இருந்தாலும் இந்த நீர்த்துறைக்கு மற்றவர்களெல்லாம் வந்தார். உன் மாமிமார்களும் வந்துகொண்டிருக்கிறார்கள்" என்பதே இதன் பொருள். "உனக்குக் கூச்சு முறையுடையாரெல்லாம் போந்தார் காண்" என்பது இவ்வரிகளுக்குப் பெரியவாச்சான் பிள்ளை தரும் உரையாகும்.

இவ்வாறு பார்ப்பனரல்லாத மக்கள் திரளின் வாழ்வினையும் உணர்வுகளையும் உள்வாங்கிக்கொண்டு பாடினாலும், ஆண்டாள் தம்முடைய வைதீகப் பின்னணியினையும் கவிதைகளில் பதிவு செய்வது தவிர்க்க முடியாதது ஆகி விடுகின்றது. வேதவாய்த் தொழிலாளர் "வாயுடை மறையவர் மந்திரத்தால்", "வாய்நல்லார் நல்ல மறையோதி மந்திரத்தால், பாசிலை நாணல்படுத்து", "பார்ப்பனச் சிட்டர் தீர்த்தம்," "தீவலம் செய்தல்", "அம்மி மிதித்தல்" என்று பார்ப்பனர் வாழ்வியலின் அம்சங்களையும் அவரது கவிதைகள் எதிரொலிக் கின்றன.

வைதீகப் பின்னணியில் வளர்ந்த ஆண்டாள் வடமொழிப் புராணங்களிலும் இதிகாசங்களிலும் பயிற்சி உடையவராக இருந்தார் என்பதனை நாச்சியார் திருமொழியில் ஓரிடத்தில் நுணுக்கமாக

நம்மால் உணரமுடிகிறது. கருடனின் தாய் வினதை என்பவள். இவளின் சக்களத்தியான கத்ரு இவளை வெயிலில் நிற்க வைத்துக் கொடுமைப்படுத்தினாள். அப்போது அவளை அவள் மகன் கருடன் தன் சிறகுகளை விரித்துக் காத்துநின்றான். மகாபாரதத்தில் வரும் இக்கதையினை நினைவுபடுத்தும் வகையில் கருடனை ஆண்டாள் 'வினதை சிறுவன்' என்று குறிப்பிடுகிறார். இந்த அளவு மகாபாரதக் கல்விப் பயிற்சி ஆண்டாளின் வைதீகப் பின்னணியை விளக்கப் போதிய சான்றாகும்.

மொத்தத்தில் ஆரியர், திராவிடர் என இருவகையான பண் பாட்டுக் கூறுகளின் கலப்பினை ஆண்டாள் மிகுந்த முயற்சியுடன் நம்முன் வைக்கிறார். பார்ப்பனரல்லாத மக்கள் திரளைத் தம்முடன் இணைத்துக் கொண்டால்தான் வைணவ சமயம் வாழமுடியுமென்று பிற்கால வைணவ ஆசிரியர்கள் தெளிந்த முடிவுக்கு வந்தனர். 'முமுட்சுப்படி', 'ஸ்ரீவசநபூஷணம்', 'ஆசாரிய இருதயம்' ஆகிய மூன்று தத்துவ நூல்களிலும் இந்த உணர்வினை விரிவாகவும் ஆழமாகவும் காணலாம். இதற்கான வரலாற்றுப் பின்னணியில் ஆண்டாளுக்கும் ஓர் இடமுண்டு என்பதனை அவரது பாசுரங்கள் தெளிவாகக் காட்டுகின்றன.

சடங்கியல் தலைமையும் சமூக அதிகாரமும்

தமிழ்ச் சமூகத்தின் சாதியமுறை படிப்பறிவினால் மட்டும் புரிந்துகொள்ளுவதற்கு மிகவும் சிக்கலானது. ஐரோப்பியர்கள் இந்தியாவில் குறிப்பாகத் தமிழகத்தில் சாதி முறையை நோக்கிய விதம் இன்னும் சிக்கலானது. ஒரு மேல்சாதி மனிதனைப்போல வியப்புணர்ச்சியோடும் வேடிக்கையாகவும் சில நேரங்களில் கேலி யாகவும் அவர்கள் சாதித் திரள்களைப் பார்த்தார்கள்; அப்படியே எழுதினார்கள். செர்ரிங் அடிகளார் தொடங்கி எட்கர் தர்ஸ்டன், ஹட்டன் வரையிலான எழுத்துக்கள் எல்லாம் இவ்வாறுதான் இருக்கின்றன.

ஆங்கிலத்தில் எழுதப்பட்ட வடமொழியும், சாதியும் சார்ந்த வற்றைப் படித்துவிட்டு இவர்கள், "வருணாசிரமக் கோட்பாடு" (நால் வருணக் கோட்பாடு) எல்லாக் காலத்திலும் எல்லா இடங் களிலும் நடைமுறையில் இருந்ததாக நம்பினார்கள். தமிழகத்தின் தெற்கும் வடக்குமாகப் பயணம் செய்தவர்களுக்குத் தெரியும், 'இது எத்தனை பெரிய ஏமாளித்தனம்' என்று. எல்லா இடங்களிலும் பார்ப்பனர்கள் சமூக அதிகாரம் பெற்றிருந்தார்கள் என்பது மட்டுமே உண்மை. இந்த அதிகாரமும் அரசதிகாரம் செல்லுபடியாகாத

இடங்களில் இருந்ததில்லை. எனவேதான் தமிழகத்தில் மேற்கு மலை அடிவாரத்தை ஒட்டிய பல பகுதிகளில் மக்கள் தொகை இருந்தும் பார்ப்பனக் குடியிருப்புகள் இல்லை. வருணக் கோட்பாட்டின்படி சூத்திரர்களான வேளாளச் சாதியினர்தான் தமிழகத்தின் நிலவுடைமையாளர்களாக இருந்தனர். வட்டாரம் சார்ந்தும் தொழில் சார்ந்தும், உடைமை சார்ந்தும் ஒடுக்கப்பட்ட சாதித் திரள்களே, 'சமூகம்' என்ற பெயரில் வாழ்ந்தனர். இந்த வரலாற்று உண்மையை உணராத ஆய்வுகள் அனைத்தும் திசை தடுமாறியவை என்றே கொள்ள வேண்டும். தமிழகத்திலிருந்த பார்ப்பனர்களின் வெற்றி என்பது பல்வேறு சாதியினரிடம் வட்டார அளவிலிருந்த சடங்கியல் தலைமையினை அவர்கள் ஒட்டுமொத்தமாகப் பறித்துக்கொண்டனர் என்பதுதான். இந்தப் பறிமுதல் வேலை அதிகாரமும் உடைமையும் சார்ந்தே அமைந்திருந்தது. எனவேதான் அதிகாரமற்ற மற்ற சாதியாரின் பிறந்த நாள், இறந்த நாள் சடங்குகளிலிருந்து அவர்கள் விலகிக் கொண்டனர். அவர்கள் கற்பித்துக்கொண்ட தீட்டுக் கோட்பாடு இதற்கு உறுதுணையாக இருந்தது.

பார்ப்பனர்களிடம் தங்கள் சடங்கியல் தலைமையினைப் பறிகொடுத்த சாதியாரே பிற்காலத்தில் பிற்படுத்தப்பட்ட, மிகப் பிற்படுத்தப்பட்ட, ஒடுக்கப்பட்ட சாதியத் திரள்கள் ஆனார்கள். மருத்துவர் (முடி திருத்துவோர்), பறையர், வள்ளுவர், வண்ணார் (மண்ணார்) என வட்டார வாரியாக இவ்வகையில் பல சாதியாரைக் குறிப்பிடலாம். குறிப்பாக எடுத்துக்காட்டுவதானால், சில சாதியார் பார்ப்பனரைப் போன்று தீ வளர்த்துத் திருமணச் சடங்கினைச் செய்கின்றனர். இந்தத் திருமணச் சடங்கின்போது மணமகனுக்கும் மணமகளுக்கும் பார்ப்பனப் புரோகிதர் காப்புக் கயிறு 'கட்டு' கின்றனர். இந்தக் காப்புக் கயிறு 'அறுக்கும்' சடங்கினைப் பெரும் பாலும் பார்ப்பனப் புரோகிதர் செய்வதில்லை. மாலையில் அல்லது மறுநாளில் மருத்துவர், வண்ணார் போன்ற மற்றொரு சாதிக்காரரே மரியாதையுடன் கூடிய காணிக்கை (தட்சணை) பெற்றுக்கொண்டு மணமக்களுக்குக் கட்டப்பட்ட காப்பினை அறுக்கின்றனர். இது ஒரு சமூக வரலாற்றுத் தொல் எச்சமாகும். அதாவது, திருமணம் செய்து கொண்ட சாதியார்களுக்குக் காப்பறுத்த சாதியாரே பார்ப்பன வருகைக்கு முன் புரோகிதராக (குருவாக அல்லது சடங்கியல் தலைவராக) இருந்திருக்கின்றார். இதுவே வரலாற்று உண்மை யாகும்.

சமூக வரலாற்று அசைவுகளில் இதற்கு மற்றுமொரு சான்றி னைக் கூடச் சொல்லலாம். ஒடுக்கப்பட்ட மக்களாய்ப் பணி செய்யும் சாதியார் தங்களை ஒடுக்கும் சாதி மக்களின் வீட்டு விழாக் களிலும் கோயில் விழாக்களிலும் 'சபை மரியாதை' பெறுகின்றனர். எடுத்துக் காட்டாக, தென் மாவட்டங்களின் இடையர்களில் ஒரு பிரிவினர்

பார்ப்பனரைக் கொண்டு தீ வளர்த்துத் திருமணம் செய்கின்றனர். பார்ப்பனக் குருவை ஓட்டிக்கொண்டு சடங்குகளில் அவருக்கு உதவி செய்பவர் மருத்துவர் சாதியைச் சார்ந்தவராவார். மணமகன் தொட்டுக் கொடுக்கும் அரசாணிக் காலை நடுகின்ற உரிமை மருத்துவரான உதவியாளருக்கே உண்டு. பார்ப்பனருக்கு இல்லை. தலையில் தலைப்பாகையோடு மணமேடையினைத் தொட்டுக் கொண்டு அவர் தலைமையில் திருமணம் நடப்பது போன்ற கம்பீரத்துடன் நிற்கிறார். ஒரு காலத்தில் இவரே அவர்களின் சடங்கியல் தலைவராக இருந்திருக்க வேண்டும்.

இது போன்றே தமிழகத்தின் வெவ்வேறு பகுதிகளில் பறையர், வள்ளுவர், வண்ணார் போன்றோர் சடங்கியல் தலைமையினை ஏற்கின்றனர். இது மட்டுமன்றி ஒரே சாதிப் பிரிவிற்குள் அகத்தார், புறத்தார் என்ற வேறுபாடு வரும்போது ஒரே சாதியினைச் சார்ந்தவரே அவர்களுக்குக் குருவாக (புரோகிதராக) இருக்கின்றனர். சமூக அதிகாரம் உருவாக்கிய படிநிலைகளில் ஒன்று 'அகத்தார் – புறத்தார்' என்ற பிரிவுகளாகும். இதற்கு ஒரு நல்ல எடுத்துக்காட்டு, புரத வண்ணார் எனத் தவறாக அழைக்கப்படும் 'புறத்து வண்ணார்'* ஆவர். இவ்வகையான உள், இடைத்தட்டு சாதிகளைப் பற்றிய களஆய்வுகள் பெருக வேண்டும். இவர்களின் சமூக உரிமைகளைப் பார்ப்பனியம் எவ்வாறு பறித்து வைத்துக்கொண்டது என்பதனைக் களஆய்வு செய்து வரலாற்றினைச் சமூகக் கண்ணோட்டத்துடன் மீண்டும் நாம் எழுத வேண்டும். 'எழுதப்பட்ட வரலாற்று நூல்களைத் திருத்தி எழுதவேண்டும்' என அறிஞர் டி.டி. கோசாம்பி இதனையே வலியுறுத்துகின்றார்.

மரபும் மீறலும் – சாதி சமய அரசியல் பின்னணி

மரபு வழிப்பட்ட தமிழ்ச்சமூகம் சாதிய அடுக்குகளால் ஆனது. 'சாதிகளை மீறிய தனிநபர்' என்று மரபுவழிச் சமூகத்தில் யாரு மில்லை. எனவே சமூகம் ஆக்கிய எல்லா நிறுவனங்களிலும் கருத்தி யல்களிலும் சாதியும் அவற்றின் அடையாளங்களும் எல்லைகளும் கவனமாகப் பொதிந்து வைக்கப்பட்டுள்ளன. நிலமானியச் சமூக அமைப்பில் உற்பத்தித் தளங்களும் காலமும் வெளியும் சாதியப்படி நிலை வரிசைக்கு ஏற்பவே பங்கிடப்பட்டன. சமூகத்தின் அடித்தள மக்களின் ஆன்மீகத் தளத்திலும் சாதிப்படி நிலை மரபுகள் கடமை

---

* என்ற பெயரினை ஆங்கிலேயர்கள் புரத, புறத, பொரத, பொருட என எழுதிக் காட்டினதையே இன்றும் தமிழில் எழுதுபவர்கள் பின்பற்றி வருவது வேடிக்கையாகும்.

 நற்றிணை பதிப்பகம் ◆ 51

யாக விதிக்கப்பட்டன. மரபுகள் மீறப்படும் பொழுது மீற முயன்றவர்கள் நேரடி வன்முறைக்கு ஆளானார்கள். நந்தன் கதை அதற்கு ஒரு எடுத்துக்காட்டு.

அரசு ஆதரவுபெற்ற பெருங்கோயில்களை மையமாகக் கொண்டு எழுந்த ஊர்களில், நிலப்பரப்பு அல்லது தளம் அல்லது வெளி சாதியப் படிநிலைக்கு ஏற்பவே பிரிக்கப்பட்டது. கோயிலைச் சுற்றியுள்ள பகுதி பார்ப்பனர்க்குரியதாக (மாடவீதி சன்னிதி வீதி) அதற்கு அடுத்த பகுதி வேளாளருக்குரியதாக (ரத வீதிகள்) அதற்கும் அடுத்த பகுதிகளும் அவற்றிற்கு இடையிலான சந்துகளும் கோயிலோடு தொடர்புடைய பிற்படுத்தப்பட்ட சாதிகளுக்கு உரியனவாகப் பிரிக்கப்பட்டுள்ளன. ஒடுக்கப்பட்ட மக்களின் குடியிருப்பு, பிற பகுதிகளில் இருந்து சற்றுத் தொலைவில் வயல்களுக்கு நடுவில் அல்லது நீர்க்கால்களுக்கு மறுபுறத்தில் தள்ளப்பட்டு இருக்கிறது.

பெருந்தெய்வக் கோயில்கள் இல்லாத ஊர்களில் அய்யனார் (அல்லது ஊர் அம்மன்) கோயில் அமைந்துள்ளது. இது 'ஊர்ப் பொது'வாகக் கருதப்படுகின்றது. அதற்கு முன்னர் அமைந்துள்ள பெரிய காலிமனை அறுவடைக் களமாக, ஊர் மந்தையாக, திருவிழாக் கூத்துக்கள் நடைபெறும் இடமாக, ஊர்ப் பஞ்சாயத்து அல்லது ஆதிக்க சாதிப் பஞ்சாயத்து கூடும் இடமாக அமைந்துள்ளது. கோயிலையும் காலிமனையையும் சுற்றி அமைந்துள்ள குடியிருப்புப் பகுதிகள் அந்த ஊரில் ஆதிக்கமுடைய பிற்படுத்தப்பட்ட சாதியாரால் பங்கிட்டுக் கொள்ளப்படுகின்றன. ஒடுக்கப்பட்ட மக்கள் வயல்களுக்கு இடையே (அல்லது) நீர்க்கால்களுக்கு மறுபுறத்தில் ஒதுக்கப்பட்டு இருக்கிறார்கள். விதிவிலக்காகவன்றி தமிழ்நாட்டு ஊர்களில் 'வெளி'பங்கீடு செய்யப்பட்டுள்ள பொதுவான முறை இதுவேயாகும்.

பெருந்தெய்வமோ, நாட்டார் தெய்வமோ திருவிழா நாட்களில் சுற்றிவரக்கூடிய நிலப்பகுதியே அத்தெய்வத்தின் அருளாட்சி எல்லையாகும். ஒடுக்கப்பட்ட மக்களின் குடியிருப்புகள் பெருவாரியான மக்கள் வணங்கும் தெய்வங்களின் அருளாட்சி எல்லையில் இருந்து வெளியே தள்ளப்பட்டுள்ளன. எனவே தெருவில் வலம்வரும் தெய்வங்கள் இம்மக்களின் குடியிருப்புப் பகுதிக்கு வருவதில்லை. தங்கள் வாழ்விடத்தருகில் மாலை அணிவித்தோ, சூடம் ஏற்றியோ, பொங்கல் இட்டோ, தேங்காய் உடைத்தோ வழிபடும் வாய்ப்பு இம்மக்களுக்கு இயல்பாகவே மறுக்கப்பட்டுள்ளது. ஆனால் மேல்சாதித் தெய்வங்களின் 'அருள் வரம்புக்கு' விலக்கப்பட்ட மக்கள், அவற்றின் 'அதிகார வரம்புக்கு' மட்டும் உட்படுத்தப்பட்டனர்.

நாட்டார் தெய்வத்தின் வழிபடு எல்லைக்குள் உரிமை மறுக்கப்பட்ட மக்கள் அதன் அதிகார வரம்புக்குக் கீழ்ப்பட்டவராகவே வாழ்கின்றனர். ஏனென்றால் ஊர்ச்சபை என்பது விழாக்காலங்களில்

தெய்வத்தின் பெயரால் கூடுதல் அதிகாரம் செலுத்துகிறது. திருவிழாவுக்கான ஊர் வேலைப் பங்கீடுகள், ஊர்ச்சபையினரால் செய்யப்படுகின்றன. தெய்வ வழிபாட்டில் உரிமையில்லாத ஒடுக்கப் பட்ட மக்களுக்குத் திருவிழாவுக்கான கடுமையான உடல் உழைப்பு வேலைகள் பங்கிட்டு விதிக்கப்படுகின்றன. விழாவுக்கான களங் களைச் சுத்தம் செய்தல், ஊர் சாற்றுதல் (ஊர் சாட்டுதல்), ஊர்க் கழிவுகளை அகற்றிச் சுத்தம் செய்தல், தேர்க்கால்களுக்குக் கட்டை இடுதல் ஆகியவற்றோடு பிற சிறிய வேலைகளும் விதிக்கப்படு கின்றன. இந்த மரபுகள் பெரும்பாலான ஊர்களில் பத்தாண்டுகளுக்கு முன்வரை வலிமையாகக் காலூன்றியிருந்தன.

காலனி ஆதிக்கம் தொடங்கிய காலம்தொட்டு ஊர்ச்சபை தன் அதிகாரத்தினை ஒதுக்கப்பட்ட மக்கள் மீது பயன்படுத்துவதில் நெருக்கடிகள் தோன்றத் தொடங்கின. 1830களில் கிரசன்ட் பத்திரிகை யினை வாங்கி நடத்திய லெட்சுமி நரசு செட்டி தலைமையிலான சென்னை நகரத்து மேல்சாதி மக்கள் கும்பினி (கம்பெனி) அரசாங்கத் தோடு முதலில் முரண்பட நேர்ந்தது. இந்த மரபுவழி அதிகாரத்தைத் தக்கவைத்துக் கொள்ளத்தான் கிறித்தவ மதத்திற்கு மாறினாலும் தலித் மக்கள் ஊர்த் திருவிழா வேலைகளைச் சாதி மரபுப்படி செய்யுமாறு கட்டாயப்படுத்தப் பட்டார்கள். சில இடங்களில் இதற்கு எதிரான விழிப்புணர்ச்சி தோன்றியது. எனவே கும்பினி அரசாங்கம் ஊர்த் திருவிழாக்களில் மதம் மாறிய கிறித்துவ மக்களை அடிமை வேலை செய்யுமாறு கட்டாயப்படுத்தக் கூடாது என்று ஒரு ஆணை பிறப்பித்தது. இதனை எதிர்த்தே லெட்சுமிநரசு செட்டி தலைமையிலான மேல்சாதி மக்கள், அரசு தங்களின் மதச் சுதந்திரத் தில் தலையிடலாகாது என்று எதிர்ப்புத் தெரிவித்தனர். தெய்வ வழிபாட்டை முன்நிறுத்திய அதிகார மரபுகள், ஒடுக்கப்பட்ட சாதி மக்களால் மீறப்பட்டு மோதல் தொடங்கியதற்குத் தமிழக வரலாற்றில் இதுவே முதல் சான்றாகத் தெரிகிறது.

அண்மைக்காலமாக தலித் மக்கள் மத்தியில் ஏற்பட்டுள்ள உரிமை உணர்வு, அவர்களுக்குக் கிடைத்துள்ள புதிய அரசியல் பலம் ஆகியவை அளவிலும் பண்பிலும் இம்முரண்பாட்டினைக் கூர்மைப்படுத்தி வருவதைக் காண்கிறோம். 1998இல் நடந்த இரண்டு நிகழ்ச்சிகளை இதற்கு எடுத்துக்காட்டாகச் சொல்லலாம். முதலாவது நிகழ்ச்சி, தேவகோட்டைக்கருகில் கண்டதேவி கிராமத்தில் கோயில் தேரோட்டத் திருவிழாவில் ஏற்பட்ட மோதலும் கலவரமும் ஆகும். சாதிய அதிகார அமைப்பில் கனமான தேரை இழுத்துச்செல்லும் உரிமையினை எல்லா இடங்களிலும் பிற்படுத்தப்பட்ட சாதி மக்கள் தாங்களே பெற்றுள்ளனர். உட்பிரிவுகள் (அல்லது) குடும்பப் பெருமை ஆகிய மரபுவழிக் காரணங்களை முன் நிறுத்தி தேருக்குரிய 4 (அ) 5 வடங்களைத் தங்களுக்குள் கரை என்ற பெயரில் பங்கிட்டுக் கொள்கிறார்கள். பிறகு தேர் இழுப்பதற்கான கோயில் மரியாதையும்

அவர்களுக்கு ஏகபோக உரிமையாக இருக்கிறது. தலித் மக்கள் "கோயில் திருவிழாவுக்கு மற்ற வேலைகளைச் செய்யும் நாங்கள் தேர் வடத்தையும் தொட்டு இழுப்போம். அதற்கான மரியாதை யினையும் நாங்கள் பெற வேண்டும்" என்ற உரிமைக் குரலை எழுப்பினர்.

இந்த முரண்பாட்டுக்கு அந்த நிலப்பகுதியில் அழுத்தமான மற்றொரு சமூகக் காரணமும் உண்டு. தேவகோட்டை, சிவகங்கைப் பகுதிகளில் கள்ளர் சாதியினரின் 'நாடு' அமைப்பு இன்னும் இருந்து வருகிறது. இதன் வழி எல்லாச் சாதியினர் மீதும் அதிகாரம் செலுத்த அவர்களால் முடியும். அண்மைக் காலம்வரை அரசுக்குப் போட்டி யாகப் பொதுவளங்களை அதாவது புறம்போக்கு மர ஏலம், கண்மாய், மீன்பாட்டம், கள்ளச்சாராயம் காய்ச்சுதல் ஆகியவற்றில் பிற சாதி யினர்மீது அவர்கள் மேலாதிக்கம் செலுத்திவந்தனர். எனவே கண்ட தேவியில் எழுந்த தலித் மக்களின் உரிமைக்குரல் 'நாடு' அமைப்பிற்கு இடப்பட்ட சவாலாகும். தலித் மக்களின் புதிய அரசியல் தலைமை, சென்னை உயர்நீதிமன்றத்தின் ஆணையோடு தங்களின் உரிமைகளை நிலைநாட்ட முயன்றபோது மாவட்ட நிர்வாகம் அவர்கள் பக்கம் நிற்க வேண்டியதாயிற்று. ஒடுக்கப்பட்டவர்களின் உரிமை உணர்வுக் கும் மரபுவழிச் சாதி மேலாண்மைக்கும் இடையில் நடந்த மோதல் துப்பாக்கி சூட்டில் முடிந்தது.

கோவில்பட்டியில் அம்மன்கோவில் திருவிழாவில் தேருக்குக் கட்டை இடும் கடினமான வேலையினை மரபுவழி செய்து வந்த தலித் மக்கள் திருவிழா நடத்தவும் உரிமை வேண்டினர். 10 நாள் திருவிழா நடத்தும் உரிமையினையும் பிற்படுத்தப்பட்ட சாதிகள் தங்களுக்குள் பங்கிட்டுக் கொண்டதனால் புதிய உரிமையினைத் தலித் மக்களுக்குத் தர மறுத்தனர். இங்கும் காவல்துறையின் தலை யீடும் கலவரமும் தவிர்க்க முடியாதவை ஆகின.

கோயில் நுழைவும் கோயில் மரியாதையும் திருவிழா நடத்தும் உரிமையும் நாட்டார் வழிபாட்டு முறைகளில் பிற்படுத்தப்பட்ட சாதிகளுக்குத் தங்கள் சமூக அதிகாரத்தைத் தக்க வைத்துக் கொள்ளும் கருவிகளாகும். தலித் மக்களின் உரிமைக்குரல் என்பது ஆன்மீகத் தேட்டத்திற்கான உரிமைக் குரலாக இல்லாமல் மரபு வழிச் சமூக அதிகாரத்தைக் கட்டுடைக்கும் வலிமையான குரலாக மாறுவதைப் பிற்படுத்தப்பட்ட சாதிகளால் தாங்கிக்கொள்ள முடியவில்லை.

மதுரை, முகவை மாவட்டங்களில் நாட்டார் தெய்வக் கோயில்களில் சிறப்பாகக் கொண்டாடப்படும் திருவிழா முளைப் பாரித் திருவிழாவாகும். முளைப்பாரியினை இடும் மண்கலத்தைக் கிராமத்து வேளார் செய்து கொடுக்க வேண்டும். சில ஊர்களில் கோயில்களிலும் சில ஊர்களில் வண்ணார் வீடுகளிலும் முளைப்பாரி

வளர்க்கப்படும். முளைப்பாரி எடுக்கும் உரிமை அந்தந்தக் கிராமத்தில் ஆதிக்கமுடைய பிற்படுத்தப்பட்ட சாதிகளுக்கே உண்டு. ஆனால் முளைப்பாரி வலம் வரும் தெருக்களைச் சுத்தம் செய்யும் கடமை தலித் மக்கள்மீது சுமத்தப்பட்டு இருந்தது. ஆனால் அவர்களுக்கு முளைப்பாரி எடுக்கும் உரிமை கிடையாது. மானாமதுரைக்கருகில் துத்திகுளம் என்னும் ஊரில் நான்கு ஐந்து ஆண்டுகளாக நடை பெறாமல் இருந்த முளைப்பாரித் திருவிழாவினை 1996ஆம் ஆண்டு மீண்டும் கொண்டாட முயன்றனர். புதிய அரசியல் தலைமையினால் எழுச்சி பெற்றுள்ள தலித் இளைஞர்கள் 'நாங்களும் ஓடு போடுவோம்' (முளைப்பாரி எடுப்போம்) என்று குரல் கொடுத்தனர். அதற்குச் சம்மதிக்காத மேல்சாதியினரால் முளைப்பாரித் திருவிழா கொண்டாடுவது கடந்த சில ஆண்டுகளாக நிறுத்தப்பட்டுவிட்டது.

இது அல்லாமல், நகர்ப்புற வாழ்க்கையும் சாதி அடையாளம் தேவையற்றதுமான சூழ்நிலை உருவாகின்றபோது ஒடுக்குகின்ற சாதியினர் பின்வாங்கிப் போவதற்கும் ஓர் எடுத்துக்காட்டு கிடைத் துள்ளது. நெல்லை மாவட்டத்தில் ஒரு ஊரில் செருப்பு தைக்கும் தொழிலாளியான செம்மார் சாதியினர் கடந்த நான்கு ஐந்து ஆண்டுகளாக, தங்கள் கோயிலில் திருவிழா நடத்துவதற்கு முன்னர், ஊருக்குள் மற்ற சாதியாரைப் போலவே ஊரில் உள்ள பெரிய அம்மன் கோயிலில் சென்று திருநீற்றை எடுத்து வழிபட்டு வரு கின்றனர். அந்தப் பெரிய அம்மன் கோயில் பூசாரி உட்பட ஒடுக்கு முறைச் சாதியினர் இந்த நிகழ்ச்சியைக் கணக்கில் எடுக்கவும் இல்லை; கண்டுகொள்ளவும் இல்லை.

அதே ஊரில் 'மேல்சாதி' வேளாளருக்கும் பிற்படுத்தப்பட்ட சாதியினருக்கும் ஒரு நாட்டார் தெய்வக் கோயிலின் மீது உரிமை வழக்கு ஏற்பட்டது. தீர்ப்பின்படி கோயில், மேல்சாதியாருக்கு உரிமையானதும், பிற்படுத்தப்பட்ட சாதியார் கோயில் முன்பிருந்த காலியிடத்தில் புதுக் கோயில் கட்டி 'புது உலகம்மன்' எனப் பெயரிட்டுக் கொண்டனர். சாதிப் பிரிவினை அடிப்படையில் ஒரு உரிமையியல் வழக்காக வடிவெடுத்த பின்னர் மனித உரிமை ஒடுக்குமுறையோ மீறலோ இங்கே நிகழவில்லை.

'வெளி' அதன் 'பங்கீடு' பற்றிய செய்திகள் வரலாற்றுப் பின்னணியாக மட்டும் அமைந்துவிடவில்லை. ஏனென்றால் தமிழகத்தில் 90 விழுக்காடு ஊர்களில் இந்தப் 'பங்கீடு' இன்னும் மறையவில்லை: உயிரோடு இருக்கின்றது. சாதிப் பாகுபாட்டோடும் படிநிலை வரிசையோடும் அமைக்கப்பட்ட தெருக்கள் வரிசையே இன்றும் காணப்படுகின்றது. எனவே அண்மைக்கால நிகழ்வுகளில் களம் (அ) வெளி உயிரோட்டமுள்ள பங்கினைத் தொடர்ந்து வகித்துவருகிறது.

1930களில் தேசிய இயக்கத்தினர் சமூக உரிமைக் குரல்களை ‘ஆலயப் பிரவேசம்’ என்னும் புதிய தளத்தில் முன்வைத்தனர். தமிழ்நாட்டில் 1932 முதல் 39 முடிய எட்டாண்டுக் காலம், ‘ஒடுக்கப் பட்ட மக்களின் கோயில் நுழைவு’ என்பது அரசியல் அரங்கில் பெரிதும் பேசப்பட்ட சிக்கலாகும். 1939இல் சென்னை மாகாண அரசு ஒடுக்கப்பட்ட மக்கள் ஆலய உரிமை நுழைவுக்கான சட்டத்தை இயற்றியது. ஆனால் நடைமுறையில் இது பழைய ஊர்களிலும் புகழ் பெற்ற நகரங்களிலும் இருந்த, பெருந்தெய்வக் கோயில் நுழைவாகவே இருந்துவிட்டது. கோயில் நுழைவு மறுக்கப்பட்ட ஒடுக்கப்பட்ட வகுப்பினர் இச்சிக்கலில் ஆர்வமில்லாமல்தான் இருந்தனர். ஏனென் றால் கிராமப்புறங்களில் நாட்டார் தெய்வக் கோயில்களில் ஒடுக்கப் பட்ட மக்கள் நுழைவதும் விழாக்களில் உரிமையுடன் பங்கெடுப்பதும் அன்று தேசிய, திராவிட இயக்கத்தினரின் சக்திக்கு அப்பாற்பட்ட தாகவே இருந்தது என்பதுதான் உண்மை. 1994இல் நாட்டார்கள் திருவிழாக்களில் தலித் மக்கள் குதிரை (புரவி) எடுக்கக் கூடாது என விதித்த தடையை மீறியதால் சித்தனூர் பூச்சி என்ற தலித் கொல்லப்பட்டார். 1979இல் கோயிலில் தலித் மக்கள் நுழைந்த தால் கலவரம் ஏற்பட்டு உஞ்சனையில் தலித் மக்கள் ஐந்து பேர் கொல்லப்பட்டனர். (மக்கள் பண்பாடு – இதழ் – ஜூலை – டிசம்பர் 1998 – சென்னை – 69) 1980இல் தேவகோட்டை அருகே பாகனேரி பில்வ நாயகி அம்மன் கோயிலில் பிற்படுத்தப்பட்ட ‘நாட்டார் கள்ளர்’ வகுப்பினரோடு போராடியே தாழ்த்தப்பட்ட மக்கள் கோயில் நுழைவு உரிமை பெற்றது இதற்கு ஒரு சான்றாகும். ஆக, 1930களின் இறுதியில் முடிந்துபோனதாக அரசியல் கட்சிகள் கருதிய ஒரு சமூக உரிமைச் சிக்கல், நாடு விடுதலை பெற்று 50 ஆண்டுகாலம் கழித்துச் சமூக அரசியல் உரிமைச் சிக்கலாகப் புதிய வடிவம் காட்டுகிறது.

இந்த மாற்றத்திற்கான காரணத்தை நாம் சமூக அரசியல் தளத்தில்தான் விளங்கிக்கொள்ள வேண்டும். 1930களில் தேசிய இயக்கத்தினர் முன்வைத்த ‘கோயில் நுழைவு’ மரபுகளை மீறுவ தாகவோ மோதல்களை எதிர்கொள்ளத் தயாரான போராட்ட மாகவோ அமையவில்லை. மரபுகளை மீறுவதற்குப் பதிலாக மரபு களை ‘மாற்றிக் கொள்ளுமாறு’ ஆதிக்க சாதியினருக்கு விடப்பட்ட வேண்டுகோளாகவே அது அமைந்தது. அதாவது, பரந்த மனப் பான்மை பெற்று மேல்சாதியினர் தாமே முன்வந்து கொடுக்க, ஒடுக்கப்பட்ட மக்கள் பெற்றுக்கொள்ளும் போக்கில் அது அமைந் திருந்தது.

ஆனால் அண்மைக்கால நிகழ்வுகள் ஒடுக்கப்பட்ட மக்கள் அரசியல் தன்னுணர்ச்சி பெற்று, தாங்களே தேடிக்கொண்ட அரசியல் தலைமையின்கீழ், தங்கள் உரிமையினைத் தாங்களே எடுத்துக்கொள்ளும் வடிவத்தில் அமைந்திருக்கிறது. 1930களில்

பெருந்தெய்வக் கோயில்களில் பார்ப்பனர் வகித்த பாத்திரத்தை 1990களில் நாட்டார் தெய்வக் கோயில்களில் பிற்படுத்தப்பட்ட ஆனால் ஆதிக்க உணர்வுடைய சாதியினர் வகிக்கின்றனர். எனவே தான் மரபு மீறல் அல்லது மீறப்படுதல் என்பது மோதலுக்குரிய காரணமாக அமைகின்றது. புதிய அரசியல் கருத்தாக்கங்களின் பின்னணியில் இந்த 'மீறலும் மோதலும்' தவிர்க்க முடியாதவையாகும்.

பெரியாரியலும் நாட்டார் தெய்வங்களும்

அண்மைக் காலமாகத் தமிழ் வாசகரிடமிருந்து பரவலாக வருகின்ற கேள்வி ஒன்று. "அது எப்படி, பெரியாரையும் பெரியாரி யலையும் ஏற்றுக்கொண்டவர்கள் நாட்டார் தெய்வங்களைக் கொண்டாட முடிகின்றது?" இந்தக் கேள்வி, ஒருபுறம் சிந்தனை யுணர்வோடும் மறுபுறமாகக் கேலியாகவும் கேட்கப்படுகின்றது என்பதையும் நாம் நினைவில் கொள்ள வேண்டும்.

பெரியார் 1917 முதல் 1973 வரை தன்னுடைய எழுத்தாலும் பேச்சாலும் தன் சிந்தனையில், 'சரி' என்று தோன்றியவற்றை எப்பொழுதும் எளிய மக்களின் மத்தியில் நின்றுகொண்டு முரட்டுத் தனமான பேச்சாலும் எழுத்தாலும் முன்வைத்தவர் ஆவார். பல நூற்றாண்டுக் காலமாக முளைத்தெழுந்த எளிய மக்களின் கோபத்தின் வெளிப்பாடு அவர். அறிவாளிகளின் கூட்டத்தினையும் புத்தகத் தினையும் பின்னணியாக வைத்துக் கொண்டவர் அல்லர், அவர். இதுவே அவரது மிகப்பெரிய வலிமையாகும். இலக்கு நோக்கிய தன் பயணத்தில் சில கட்டத்தில் எதிரிகளையும் கூட்டாளிகளாகச் சேர்த்துக் கொண்டவர் அவர்.

'பெரியாரியம்' என்று நாம் வகைப்படுத்துகின்ற சிந்தனை மரபு பெரியாருக்கு முன்னரே தொடங்கிய ஒன்று. அது அவருக்குப் பின்னரும் தொடருவதாகும். ஒரு கலக மரபின் பேராளுமையாக அமைந்த காரணத்தாலும் அதிர்ச்சி மதிப்பீடுகள் நிறைந்த அவரது செயல்பாடுகள் நம் கண்முன் நிகழ்ந்தவை என்பதாலும் இச்சிந்தனை மரபினைப் 'பெரியாரியம்' என்கிறோம்.

இந்தச் சிந்தனை மரபினால் நெடும்பரப்பாகவும் குறுக்கு வெட்டாகவும் தமிழ்நாட்டில் ஏற்பட்ட சமூக அசைவுகளை நாம் இழைஇழையாக அவதானிக்க வேண்டும். 'காலனிய மரபின் எதிர் வினையாகப் பாரதியார் உருவானார்' என்றால், 'இந்து தேசியத்தின் எதிர்வினையாகப் பெரியார் உருவானார்'. ஆனால் அவரது பேச்சும் செயல்பாடுகளும் 'இந்து தேசியம்', 'இந்திய தேசியம்' என்ற இரண்டு

 நற்றிணை பதிப்பகம் ◆ 57

எல்லைகளையும் தாண்டி மனிதகுல விடுதலைக்கான பயணமாக விளங்கின. அதிகாரக் குவிமையத்தைத் தகர்ப்பதற்காக அவர் நடத்திய மாநாடுகளில் பல 'அல்லாதார்' மாநாடுகளாகவே அமைந்தன. அல்லாதார் என்பது அவரது அகராதியில் 'அடிமைப் பட்ட மக்களின் பெரும் திரளாகும்.' அவர்களை நோக்கிய அவரது கண்டிப்பில் நோதலும் இருந்தது, நோகாமையும் இருந்தது. 'தமிழ் காட்டுமிராண்டி மொழி' என்று பேசிய வாயும் அவருடையதே. தமிழ் எழுத்துச் சீர்திருத்தத்தைச் செய்த கையும் அவருடையதே. கோயில்களை 'குச்சுக்காரி' வீடு என்று சொன்னதும் அவர்தான். கோயில் கருவறை நுழைவுப் போராட்டத்தையும் அவரால்தான் முன்னெடுக்க முடிந்தது. கலை இலக்கியம் பற்றி உயர்ந்த எண்ணம் எதுவும் அவருக்குக் கிடையாது. அதே நேரத்தில் பாரதிதாசனின் முதல் கவிதைத் தொகுதிக்கு அவர் முன்னுரையும் எழுதினார்; அண்ணாவின் நாடகங்களையும் பாராட்டினார். இதன் உண்மை யான பொருள் என்னவென்றால், 'அல்லாதார்' எனப்படும் எளிய மக்களின் சமூக விடுதலைக்காக அவர்களோடும் அவர்களது சமூக அசைவுகளோடும் அவர் சமரசம் செய்து கொண்டார் என்பதே யாகும்.

நாட்டார் தெய்வங்களைக் கொண்டாடலாமா என்று கேள்வி கேட்பவர்கள் ஒன்றை நினைத்துப் பாருங்கள். இரண்டு ஆண்டு களுக்கு முன்வந்த உயிர்ப்பலித் தடைச் சட்டத்தை இந்துத்துவ சக்திகளும் ஆதரித்தன, கி. வீரமணியும் ஆதரித்தார். இதனை எப்படிப் பார்ப்பது? இது ஒரு அரசியல் முரண் அல்லாமல் பண் பாட்டு முரண் ஆகும். பெரியார் உயிரோடு இருந்திருந்தால் இந்தக் கட்டத்தில் பெரியாரது நிலைப்பாடு என்னவாக இருந்திருக்கும்? "பெரிய கோயில்களில் யாகங்களை நிறுத்துங்கள், அனைவரையும் கருவறைக்குள் நுழைய அனுமதியுங்கள். அதற்கப்புறம் 'உயிர்ப்பலித் தடை' பற்றி யோசிக்கலாம்" என்றுதான் அவர் சொல்லியிருப்பார். ஏனென்றால் பெரியார் உடனடித் தீர்வு பற்றிய சிந்தனையாளர் அல்லர்; அவர் 'நேற்றும் நாளையும்' ஆகப் பணியாற்ற விரும்பியவர்.

முதலில் பண்பாட்டளவில் நாட்டார் தெய்வங்கள் எனப்படும் தெய்வங்களுக்கும் சிவன், பார்வதி, திருமால், பிரம்மா, சுப்பிரமணியன் என்று அறியப்பட்ட 'மேலோர்' தெய்வங்களுக்கும் உள்ள வேறு பாடுகளைக் கொஞ்சம் 'தள்ளி' நின்று புரிந்து கொள்ள முயல வேண்டும். இல்லையென்றால் சமகால இதழ்கள் ஊட்ட முயலும் பண்பாட்டுத் தவறுகளையும் முட்டாள்தனமான திரிபுகளையும் நாம் ஒத்துக்கொண்டாக வேண்டும்.

'நாட்டார் தெய்வங்கள்' என்ற சொல்லாட்சி, ஓரளவு வாசிப்புப் பழக்கம் உடையவர்களிடத்திலும் இடதுசாரி இயக்கச் சார்பு உடைய வர்களிடத்திலும் உடனடியாகச் 'சாமியாட்டம், குருதிப்பலி,

பலிவடிவங்கள்' ஆகிய படலங்களாகவே விரிகின்றது. பொத்தாம் பொதுவான அல்லது மேலோட்டமான இந்தக் கணிப்புக்கள் அனைத்துமே தவறானவை. நாட்டார் தெய்வங்கள் 'தத்துவ விசாரங்களிலே' நொறுங்கிப் போகுமளவு மெலிதானவையல்ல. அவற்றின் வேர்கள் வலிமையானவை. அவை வட்டாரத் தன்மையும் உயிர்ப்பும் உடையன. சிவன், திருமால், விநாயகர்போல 'வடவேங்கடம் தென்குமரி' வரை ஒத்ததன்மை அவற்றுக்கில்லை. சென்னை, செங்கல்பட்டு வட்டங்களில் 'காளன்', ஆற்காட்டுப் பகுதியில் 'பொன்னியம்மன்', வேலூர், திருவண்ணாமலைப் பகுதிகளில் 'போத்து ராஜா', கொங்கு நாட்டில் 'அண்ணன்மார்', திருச்சி, புதுக்கோட்டை மாவட்டங்களில் 'காத்தவராயனும் நாடியம்மனும்', மதுரை, முகவை மாவட்டங்களில் 'கருப்பசாமி', நெல்லை, குமரி மாவட்டங்களில் 'சுடலைமாடனும் இசக்கி யம்மனும்' என்று, வட்டாரம் சார்ந்த உற்பத்தி அசைவுகளும் சமூக உளவியலும் ஆகப் பன்முகத் தன்மையைக் கொண்டாடுபவை. இந்தப் 'பன்முகத் தன்மை' என்பது சைவம், வைணவம், ஸ்மார்த்தம், இசுலாம், கிறித்தவம் ஆகிய எந்த நிறுவனச் சமயத்தாலும் ஏற்றுக்கொள்ளப்பட இயலாததாகும்.

'நிறுவனம்' என்பதே அதிகாரச் சார்புடையது. எனவே அங்கு 'மேல் – கீழ்' என்ற வரிசைமுறையுடன்தான் அதிகாரம் செயற்படத் தொடங்குகின்றது. அதிகாரத்தை நிலைப்படுத்த விரும்புகின்ற நிறுவனச் சமயங்களுக்கு மூன்று அடிப்படைத் தேவைகள் உண்டு. முதலாவது ஒரு புனித நூல் (வேதம், தேவாரம், பைபிள், குர்ஆன்) இரண்டாவதாக விதிகளை அடிப்படையாகக் கொண்ட பூசை முறை (கிரியாசூத்திரம், காரண – காரிய ஆகமங்கள், பாஞ்சராத்திர – வைகாசன ஆகமங்கள், ஷியா – சன்னி – மாலிகி – அன்பலி விளக்கங்கள்) மூன்றாவதாகப் புனித இருப்பிடங்கள் (கைலாசம், பரமபதம், காசி, பெத்லேகம், மெக்கா) ஆகியவற்றோடு மற்றொரு கூறும் இதில் அடங்கியுள்ளது. அதாவது, கடவுளுக்கும் அடியவர்களுக்கும் நடுவிலே நிற்கும் புரோகிதர் எனப்படும் ஒரு மனிதன். நாட்டார் தெய்வ வழிபாடுகள் மேற்குறித்த இலக்கணத் திலிருந்து விலகி நிற்பவை அல்லது அவ்வகையான கட்டுகளுக்குள் அடங்க மறுப்பவை.

நாட்டார் தெய்வங்கள் நிறுவனச் சார்பற்றவை. எடுத்துக் காட்டாக, நெல்லை, குமரி மாவட்டங்களில் ஊர்தோறும் வழிபடப் பெறும் சுடலைமாடன், இசக்கி ஆகிய தெய்வங்களுக்கு நிறுவனத் தலைமை என்று ஏதும் இல்லை. ஆறுமுகமங்கலம் சுடலை (தூத்துக் குடி மாவட்டம்), ஊர்க்காட்டுச் சுடலை (நெல்லை மாவட்டம்), முப்பந்தல் இசக்கி (குமரி மாவட்டம்) என்று சிறப்பிடங்கள் உண்டு. அவ்வளவே! ஒருங்கிணைந்த ஒருவழிபாட்டு முறைமை இத்தெய்வங்

களுக்கு இல்லை. இவை அனைத்தும் வட்டாரச் சார்புடைய மாற்றங்களை உட்கொண்டவை. இத்தனை தொலைவு போக வேண்டாம். மாரியம்மனை எடுத்துக் கொள்வோம்.

'மாரி' என்னும் தமிழ்ச்சொல்லுக்கு 'மழை' என்பதே பொருளாகும். மழையைக் கட்டுப்படுத்தும் தெய்வம் (அதிதேவதை) மாரியம்மன் ஆகும். இருக்கன்குடி (சாத்தூர் அருகே), வண்டியூர் (மதுரை மாவட்டம்), சமயபுரம் (திருச்சிக்கு அருகே), பண்ணாரி (கோவை) என மாரியம்மன் குடிகொண்ட 'சிறப்பிடங்கள்' உண்டே தவிர மையமான ஒரு தலைமையிடம் (மேல்மருவத்தூர் ஆதிபராசக்தி என்பது போல) இந்த வழிபாட்டு நெறிக்கு கிடையாது. இவ்வாறு பல்வேறு வகையான வழிபாட்டு நெறிகள் தமிழ்ச் சமூகத்திலும் பொதுவாக இந்தியச் சமூகத்திலும் உள்ளன. இவற்றைத் தெய்வ நம்பிக்கையோடு கூடிய வழிபாட்டு நெறிகள் என்று அழைக்கலாமே தவிர மதம் என்ற கட்டுக்குள் அடக்க வியலாது. எனவே, அவை அரசதிகாரச் சார்புடையன அல்ல என்று புரிந்துகொள்ள வேண்டும்.

நாட்டார் தெய்வங்கள் அனைத்தும் சாதிக்கயிற்றால் கட்டப்பட்டவைதானே என்பது அடுத்த கேள்வியாகும். நாட்டார் தெய்வங்களின் வகைப்பாடுகள் பல. ஒரு சாதியினர் மட்டும் வழிபடும் தெய்வங்கள் சில உண்டு. அவை எல்லா ஊரிலும் அதே சாதியினரால் வழிபடப் பெறுவதில்லை. எனவே ஒரு சாதிக்குரிய தெய்வம் என்பது அந்த ஊரில், அந்த இடத்தில் (கோயில் என்று சொல்ல வழியில்லை) மட்டும் ஒரு சாதியினர் வழிபடும் தெய்வமாகும். அந்தத் தெய்வத்தின் 'அருளாட்சி எல்லை' அந்த ஊரெல்லை அளவே. அது மட்டுமன்று. ஒரு சாதிக்குரிய தெய்வத்தைப் பிறர் கும்பிட முன்வந்தால் அந்த முதற்சாதிக்காரர்கள் 'நீ கும்பிடக் கூடாது' என்று தடுப்பதில்லை. சாதிய முரண்பாடுகள் தலைதூக்கும் போதுகூட அந்தந்த சாதிக்குரிய தெய்வங்கள் முரண்படுவதில்லை. மாறாக ஒருவர் தெய்வத்தை மற்றவர்கள் மதிக்காவிட்டாலும் விலகிப் போய் விடுகின்றனர். ஒடுக்கப்பட்ட மக்களின் தெய்வங்களைப் பிற சாதியினர் வழிபடுவது என்பதும் தமிழ்நாடு முழுவதும் காணக் கூடிய ஒரு காட்சியேயாகும்.

ஒரே சாதிக்குரிய கோயில்களில் காணக்கூடிய மற்றொரு நடைமுறை, அக்கோயிலில் சாமியைத் தொட்டுப் பூசனை செய்யும் பூசாரிகளும் சாமியாடிகளும் அதே சாதியினரே ஆவர். பூசாரிக்கும் சாமியாடிக்கும் தரப்படும் 'புனிதம் சார்ந்த மரியாதை' (அல்லது ஆன்மீக அதிகாரம்) என்பது திருவிழா நடை பெறும் ஒன்றிரண்டு நாட்களிலும் சாமியாடும் நேரத்திலும் மட்டுமே. பின்னர் அனைவரும் இயல்பான சமத்தன்மையுடன் உறவாட வேண்டியவர்களே.

ஊர்த்தெய்வங்கள் என்பன அவ்வூரில் வாழும் நான்கைந்து சாதிகளுக்கும் பொதுவானவை. ஊர்த்தெய்வங்கள் தாம் வாழும் ஊரின் சாதி அதிகார அமைப்பை 'மேல்சாதியார்' பேணிக் கொள்வதற்கு ஒரு கருவியாகவும் காரணியாகவும் அமைந்துள்ளன என்பது உண்மையே. ஊர்த் தெய்வக் கோயில்களில் சாதிய மேலாண்மை மூன்று நிலைகளில் செயல்படுகின்றது. கோயில் அமைந்துள்ள நிலப்பரப்பின் மீதான உரிமை, கோயில் நிருவாக உரிமை, கோயில் மரியாதை ஆகிய மூன்று நிலைகளில் பிற்படுத்தப் பட்ட மிகப் பிற்படுத்தப்பட்ட சாதியார் அவற்றைத் தங்கள் முற்றுரிமையாகக் கொள்கின்றனர். ஊர்த்தெய்வ வழிபாட்டு நெறிகளில் பிராமணரும் வேளாளரும் பெரும்பாலும் இருப்பதில்லை; அல்லது ஒதுங்கிக் கொள்கின்றனர் (குருதிப் பலியும் சாமியாட்டமும் அவர்களுக்கு அன்னியமானவை.) ஊர்த் தெய்வக் கோயில்களுக்கான வரியினை 'ஊர்ச்சமூகம்' பெறுவதில்லை. ஊர் என்ற அளவில் 'வரி' என்பது 'சம உரிமை'யின் அடையாளமாகும். ஒடுக்கப்பட்ட மக்களிடமிருந்து வரியினைப் பெறாத பிற்படுத்தப்பட்ட சமூகத்தினர் 'மரபு', 'வழிவழி வழக்கம்' என்ற பெயர்களில் ஊர்த் திருவிழாவிற்குரிய அவர்களின் உடலுழைப்பினைக் கட்டாயப்படுத்தினர். (சில ஊர்களில் இன்னும் நிலைமை இதுவே. 1832இல் கிழக்கிந்தியக் கம்பெனி நிருவாகத்திற்கு எதிராகச் சாதி ஆதிக்கம் இந்த இடத்தில் தான் முதன்முதலாகப் 'போர்க் கோலம்' பூண்டது. அதாவது ஒரு பறையர் வகுப்பினர் கிறித்துவராக மாறிய பிறகும் ஊர்த்தெய்வக் (கிறித்துவம் அல்லாத) கோயில் திருவிழாக்களின்போது அவர் தன்னுடைய சுத்திகரிக்கும் பணியினைக் கூலியில்லாமல் செய்தாக வேண்டும்). இதன் காரணமாகவே தமிழகத்தின் பல ஊர்களில் சாதி முரண்பாடுகள் முளைவிடத் தொடங்கின.

இந்த முரண்பாடுகள் கூர்மையடையவில்லை. இதற்கான காரணத்தையும் எண்ணிப் பார்க்க வேண்டும். 'இந்த இடம் மட்டுமே இந்தத் தெய்வத்தின் தலைமையிடம்' என்பது போல நாட்டார் தெய்வங்கள் ஆன்மீக அதிகாரத்தின் குவிமையங்களை (காஞ்சி மடம்) ஏற்றுக்கொள்பவையல்ல. இதற்கு மாற்றான சனநாயகக் கூறு ஒன்றினை நாட்டார் தெய்வங்கள் பெருமித உணர்வுடன் வெளிப்படுத்திக் கொண்டுள்ளன.

சாதிய அடக்குமுறை காரணமாகவோ அல்லது உள்ளூர்க் காரணங்களாலோ ஒரு தெய்வத்தை வழிபடத் தடை ஏற்படுத்தப் படும்போது நாட்டார் தெய்வ வழிபாட்டு நெறி அதற்கு ஒரு மாற்று வழியினை முன்னிறுத்துகின்றது. அதாவது, எந்தத் தெய்வத்தின் கோயிலில் இருந்து யாராயினும் 'பிடிமண்' எடுத்துக் கொண்டு சென்று, தன்னிடத்தில் அந்தத் தெய்வத்துக்கு ஒரு கோயிலை உருவாக்கிக் கொள்ளலாம்; இதனை யாரும் எதிர்க்க இயலாது.

கேரளத்தில் நாராயண குரு ஈழவர்க்கான சிவன் கோயிலை உருவாக்கியபோது அவரை யாராலும் எதுவும் செய்ய இயலவில்லை. ஆனால் தமிழகத்தின் பண்பாட்டுச் சூழலில் அவ்வாறு யாரும் முன்வரவில்லை; வந்தாலும் 75 ஆண்டுக்கு முன்னான சூழலில் வெற்றி பெறவும் இயலாது. பின்னாட்களில் (1980களில்) பங்காரு அடிகளார் அதனை வெற்றிகரமாகச் செயல்படுத்தினார். அவரது வெற்றி தனியான ஆய்வுக்குரியது.

நாட்டார் வழிபாட்டில் ஊர்த்தெய்வ வழிபாட்டில் மட்டும் சாதிய அதிகாரம் பிரதிபலிக்கின்றது என்பதை மறுக்க இயலாது. இது சமூக அதிகாரமே தவிரப் பண்பாட்டு அதிகாரம் அல்ல. 'பிடி மண்' கோயில்கள் என்பன பெரும்பாலும் சாதிய அதிகாரத்தோடு மோதி வெல்ல முடியாமல் இடம் பெயர்ந்த மக்கள் உருவாக்கிக் கொண்ட பண்பாட்டுப் பாதுகாப்பு அரணாகும். (கண்டதேவி சொர்ணபுரீசுவரர் கோயிலும் கோவில்பட்டி செண்பகவல்லி அம்மன் கோயிலும் ஆகம ரீதியாக ஒழுங்குபடுத்தப்பட்ட அதாவது குருதிப்பலி பெறாத பெருந்தெய்வக் கோயில்களாகும். அவை நாட்டார் தெய்வங்கள் அல்ல.) சாதிய அதிகாரம் என்பது உற்பத்தி உறவுகளிலும் சமூகத்தின் பிற அசைவுகளிலும் மூர்க்கமாகச் செயல் படுவது போல நாட்டார் தெய்வ வழிபாட்டில் செயல்பட இயலாது என்பதை நாம் உணர்ந்துகொள்ள வேண்டும்.

சாதிய ஆதிக்கத்தால் கொலை செய்யப்பட்ட ஒருவன் தெய்வ மாக்கப்பட்டால் அவன் இரண்டு சாதியாராலும் வணங்கப்படுவான். அவனைக் கொன்ற ஆதிக்க சாதி ஆவி அச்சம் காரணமாகவும், கொலை செய்யப்பட்டவனின் சாதியினர் பாதுகாப்புக் கருதியும், ஒரே தெய்வத்தை வழிபடுவதையும் கள ஆய்வில் கண்டறியலாம்.

எளிய மக்கள்திரளில் பெண்களின் விடுதலைத் தாகம் நாட்டார் தெய்வ வழிபாட்டில் வெளிப்படுகின்றது. நாட்டார் தெய்வங்களில் 90%க்கு மேல் பெண் தெய்வங்கள் என்பதையும் நாம் நினைவில் கொள்ள வேண்டும். நாட்டார் தெய்வக் கோயில்களில் மட்டுமே தெய்வத்தைத் தன்மேல் நிறுத்திச் சாமியாடவும் குறி (அருள்வாக்கு) சொல்லவும் அடியவர்களுக்குத் திருநீறு வழங்கி அருள் பாலிக்கவும் பெண்களுக்கு உரிமை இருக்கின்றது. இது மேல்சாதி மரபில் பெருந்தெய்வக் கோயில்களில் முற்றிலுமாக நிராகரிக்கப்பட்ட ஒன்று என்பதை நாம் மறந்துவிடக் கூடாது. நாட்டார் தெய்வங்கள் எவையும் 'முன்னே வந்து' வரம் தரும் தெய்வங்கள் அல்ல; 'பின்னே நின்று' பாதுகாப்புத் தரக்கூடியன; அவை அழிக்கும் ஆற்றல் அற்றவை. மாறாக, வயல் களத்திலும் அறுவடைக் காலத்திலும் கண்மாய்க் கரையிலும் ஊர் மந்தையிலும் ஊர் எல்லையிலும் தூங்காமல் நின்று காவல் காக்கக்கூடியன. அவை நுகர்வுக்காக மட்டும் பிறந்தவை அல்ல; உற்பத்தி சார்ந்த பண்பாட்டோடு பிறந்தவை.

பெரியாரைப் புரிந்துகொள்வது போலவே நாட்டார் தெய்வங்கள் 'மதம்' என்ற கட்டுக்குள் அடங்குவதில்லை என்பதையும் புரிந்து கொள்ள வேண்டும். எனவே, 'மதத்திலிருந்து மனிதனை விடுதலை செய்வது' என்ற முழக்கம் நாட்டார் தெய்வ வழிபாடுகளுக்குப் பொருந்தாது. மேலோர் மரபினால் விலக்கப்பட்ட கள்ளும் கறியும் நாட்டார் தெய்வங்களால் கொண்டாடப்படுபவை. உற்பத்தி உறவுகளோடு இரண்டறக் கலந்தவை. எனவே நகர்ப்புறம் சார்ந்த அறிவுஜீவிகள் தவிர பாரம்பரியமான முறையில் பொருள் உற்பத்தி செய்யும் மனிதரைத் தெய்வ நம்பிக்கையிலிருந்து விடுதலை செய்ய இயலாது. சோவியத் ஒன்றியத்திலும் சீனத்திலும் மாபெரும் புரட்சிகளுக்குப் பின்னரும்கூட மக்களை மதத்திலிருந்து மட்டுமே விடுதலை செய்ய முடிந்தது. தமிழ்நாட்டில் பெரியாரின் ஐம்பதாண்டுப் பணியும் அவ்வாறே செய்ய முடிந்தது. தமிழ் நாட்டுப் பெண்கள் (குறைந்தது) எண்பது விழுக்காட்டிற்கு மேல் சனநாயக உணர்வுடன் கூடிய நாட்டார் தெய்வ வழிபாட்டில் நம்பிக்கை உடையவர்கள். எனவேதான், நாகரும் வேளாங்கண்ணியும் சமயபுரமும் அவர்களுக்கு வெவ்வேறான தெய்வங்களாகத் தெரியவில்லை. அவர்களைச் சடங்கியல் போர்வையில் ஊடகங்கள் இந்து மதத்திற்குள் இழுத்து வர முயலுகின்றன. இதற்கான எதிர்க்குரல் என்பது நாட்டார் தெய்வங்களை அங்கீகரிப்பதாகவே இருக்க முடியும்.

எல்லாவற்றையும்விட மேலாக, நாட்டார் தெய்வங்கள் அனைத்தும் குறிப்பாகத் தாய்த் தெய்வங்கள் தம் மக்களின் காப்பிற் காக ஆயுதமேந்திப் போராடும் குணம் உடையன. தம் மக்களைக் காப்பதற்காகவே மகிசாசுரன் (எருமைத்தலை அரக்கன்) என்னும் ஆணைத் தாய்த் தெய்வம் ஆண்டுதோறும் போரிட்டு அழிக்கின்றது. இதன்வழியாக இருத்தலுக்கும் வாழ்வதற்குமான போராட்ட உணர்வை நாட்டார் தெய்வங்கள் பண்பாட்டுத் தளத்தில் பேணிக்காத்து வருகின்றன.

பெரியாரின் வாழ்வும் நோக்கமும் தன் மக்களின் இருத்தலுக்கும் கண்ணியமான வாழ்விற்குமான போராட்டமாக இருந்தன. எனவே தான், ஆண்டு முழுவதும் வெட்டவெளியில் மண் குவியலாகக் கிடந்து ஆண்டிற்கொருமுறை உயிர் கொண்டெழும் நாட்டார் தெய்வங்களை அவர் எதிர்கொள்ளவில்லை. மாறாக, அதிகாரமைய மாகிய கோயில்களையும் அதனை மையப்படுத்திய மனித ஏற்றத் தாழ்வுகளையுமே அவர் எதிர்த்தார்.

இறுதியாக, பெரியாரைப் புரிந்துகொள்ள முயலுகின்றவர் களுக்கு ஒரு கேள்வி எழுகின்றது. குருதிப் பலியும் சாமியாட்டமும் கூட மூட நம்பிக்கைகள்தானே என்பதே அந்தக் கேள்வி. இப்படித் திருப்பிக் கேட்கலாம் 'நம்பிக்கைகளுக்கும் மூடநம்பிக்கைகளுக்கும் இடையே என்ன இருக்கின்றது?' ஏதோ ஒருவகையில் நுண் அரசியல்

அதிகாரமும் சமூக அதிகாரமும் இருக்கின்றன என்பதே நமது பதிலாகும். இந்தப் பதிலைக் கொண்டுதான் பெரியாரையும் மக்கள் திரளையும் நாம் சரியாகப் புரிந்துகொள்ள முடியும்.

இந்திய தேசிய உருவாக்கத்தில் பார்ப்பனியத்தின் பங்கு

பதினெட்டாம் நூற்றாண்டின் நடுப்பகுதி முதலாகக் கிழக்கிந்தியக் கம்பெனியின் படைகள் தமிழ்நாட்டின் தென்கோடிப் பகுதிவரை எவ்விதப் பேரெதிர்ப்புமின்றி ஊடுருவிச் சென்றன. எனவே பதினெட்டாம் நூற்றாண்டின் இறுதியில் ஏறத்தாழத் தமிழ்நாடு முழுவதும் அப்படைகளின் கையில் வந்துவிட்டது. 1752இல் தொடங்கி 1799க்குள் அவர்கள் தமிழ்நாட்டின் நிலவரி வசூலை முழுவதுமாகத் தமதாக்கிக் கொண்டனர். இதன் இறுதிக்கட்டமாகத் தென்தமிழ்நாட்டின் 1799இல் வீரபாண்டியக் கட்டபொம்மனும் 1801இல் மருது சகோதரர்களும் தூக்கிலிடப்பட்டனர். இதன் பின்னர் நீதித் துறையும் இராணுவமும் சார்ந்த ஒரு முழுமையான அரசாங்கத்தை உருவாக்கும் முயற்சியில் காலனி அரசாங்கம் ஈடுபட்டது.

வங்காளம் உள்ளிட்ட கிழக்கிந்தியப் பகுதியில் அரசாங்கத்தை உருவாக்கிய முன் அனுபவம் காலனி அரசுக்கு இருந்தது. வங்காளத்தில் நீதித் துறையை ஒழுங்குபடுத்தும் முயற்சியில் சர். வில்லியம் ஜோன்ஸ் ஈடுபட்டார். உள்நாட்டு நீதிமுறைகளை அவர் தொகுத்துத் திரட்டி அதற்கு இந்துச் சட்டம் எனப் பெயரிட்டார். கிறித்தவரல்லாத, இசுலாமியரல்லாத பெருந்திரளான மக்களைக் குறிக்க ஐரோப்பியர் வழங்கிய 'இந்து' என்னும் சொல் முதன்முதலாக அதிகார அங்கீகாரம் பெற்றது. அப்போதுதான் தமிழ்நாட்டில் 1801இல் திருப்பத்தூரில் தூக்கிலிடப்பட்ட பெரியமருது தன்னுடைய மரண வாக்குமூலத்தில் கம்பெனி அதிகாரிகளுக்கு வைத்த கோரிக்கைகளில் ஒன்று; 'நான் கோயில்களுக்கும் அறநிலையங்களுக்கும் வழங்கிய சொத்துக்களைக் கம்பெனியார் பறிக்கக்கூடாது' என்பது தான் அது. ஆட்சி அதிகாரத்தைத் தக்கவைக்க முயன்று கொண்டிருந்த கம்பெனி அரசு இந்தக் கோரிக்கையை அப்படியே ஏற்றுக் கொண்டது. அத்துடன் உள்நாட்டு மக்களின் மத உணர்வுகளைச் சீண்டிவிடக் கூடாது என்பதில் அது முன்னெச்சரிக்கை உணர் வுடன் 1817 வரை நடந்துகொண்டது. இந்தக் காலப்பகுதியினை அரசு ஆவணங்கள் 'நடுநிலைக் காலம்' என்று குறிப்பிடுகின்றன. இக்காலத்தில் கம்பெனி அரசாங்கம் கோயில் நிலங்களுக்குரிய வரியினை மட்டும் பெற்றுக்கொண்டிருந்த மாவட்ட ஆட்சித் தலைவர்கள், கோயில் நிர்வாகத்தில் சிக்கல் ஏற்பட்ட போதெல்லாம்

வருவாய் ஆணையத்தின் ஆணையைப் பெற்றே நடவடிக்கை எடுத்தனர்.

வட இந்தியாவிலும் பார்க்கத் தமிழ்நாட்டில் பெருங்கோயில் களும் மடங்களும் எண்ணிக்கையில் மிகுதி. விளைநிலங்களில் 90% இவற்றுக்கு உரியதாகவே இருந்தன. இக்கோயில்கள் அனைத்தும் பார்ப்பனர்களின் முழுமையான கட்டுப்பாட்டில் இயங்கிவந்தன. (விதிவிலக்காகச் சில மடங்களும் விளைநிலங்களும் வேளாளர் கையில் இருந்தன.) சொத்துடைமை நிறுவனமான கோயில் வழியாகப் பார்ப்பனர்கள் பெருந்திரளான மக்களின்மீது தங்களின் அதிகாரத்தைச் செலுத்த முடிந்தது. கோயிற்பணியாளர் வரிசையிலும் இசைகாரர், கொத்தர், தச்சர் தவிர அருச்சகர், பரிசாரகர், மடைப் பள்ளியார், ஸ்தலத்தார் என்று பார்ப்பனர்களே எண்ணிக்கையிலும் மிகுதியாக இருந்தனர். எனவே அரசு என்னும் நிறுவனத்துடன் தொடர்புகொள்ளப் பார்ப்பனர்களுக்கு மட்டுமே வாய்ப்பிருந்தது. பெருந்திரளான மக்களின் கையில் இருந்த ஒரே நிறுவனம் 'உள்ளூர்ச் சாதிக்குழு' மட்டுமே. சொத்துடைமையற்ற இந்தக் குழுக்களுக்கு வேறு வலிமை ஏதும் இல்லை. இவை வட்டார அளவில் சடங்கு களால் பிணைக்கப்பட்டவை மட்டுமே. இந்தப் பின்னணியில்தான் 1817இல் காலனிய அரசு கோயில்களையும் மடங்களையும் ஒழுங்குபடுத்தும் (Regulations VII of 1817) சட்டத்தைக் கொண்டு வந்தது.

1830களில்தான் பத்திரிகைகள், புதுக்கல்விப் பள்ளிகள் என்னும் புதிய சமூக நிறுவனங்கள் தமிழ்நாட்டில் அறிமுகமாயின. அதற்கு முன்னர் ஐரோப்பிய மிஷனரிகள் தங்கள் முயற்சியில் சிறிய அளவிலான கல்வி முயற்சிகளைச் செய்திருந்தனர். சென்னையை அடுத்து தென் தமிழ்நாட்டின் திருநெல்வேலிப் பகுதியில் ஒடுக்கப் பட்ட மக்கள் கணிசமான அளவு கிறித்துவத்தைத் தழுவியிருந்தனர். எனவே, மேல்சாதியினரின் நடுவில் அரசதிகாரம் பிற மதத்தினரின் கையில் இருப்பது ஓரளவு உணரப்பட்டது. மறுதலையாக சில மிஷனரிகள் முயற்சியால், கிறித்துவர்களாக மாறிய தாழ்த்தப்பட்ட மக்களைப் பழைய வழக்கப்படி ஊர்க்கோயில் திருவிழாக்களில் ஊழியம் செய்ய மேல்சாதியார் கட்டாயப்படுத்தக் கூடாது என்று அரசு ஒரு ஆணை வெளியிட்டது. இதனைப் பொறுக்கவியலாத மேல்சாதியார், அரசு தங்கள் மத வழக்கங்களில் தலையிடுவதாகக் குற்றஞ்சாட்டினர். காலனி ஆட்சிக்கான தங்கள் முதல் எதிர்ப்பை மேல்சாதியார் இவ்வாறு சாதி சார்ந்தும் மதம் சார்ந்துமே பதிவு செய்தனர். ஏனென்றால் மரபுவழிச் சமூகத்தில் சாதியும் மதமும் (குறிப்பாகப் பார்ப்பனர்களுக்கு) நாணயத்தின் இரண்டு பக்கங் களைப் போல் பிரிக்க முடியாதபடி அமைந்திருந்தன. 1834இல் சென்னைப் பல்கலைக்கழகத்தின் முன்னோடியாகத் தொடங்கிய சென்னை உயர்நிலைப் பள்ளியில் 1855 வரை தாழ்த்தப்பட்ட

வகுப்பினர்க்கு அனுமதி இல்லை. 1851இல் தாழ்த்தப்பட்ட வகுப்பினரை அனுமதித்ததால் பல்கலைக்கழக மேலாண்மைக் குழுவிலிருந்து ஒரு 'இந்து' உறுப்பினர் பதவி விலகினார். 1855 வரை இந்தப் பள்ளியிலிருந்து தகுதி காண் பட்டயம் பெற்ற 36 பேரில் 20 பேர் பார்ப்பனர்களே என்றும் 1859இல் ஆங்கிலேய அரசு முதன்முறையாகத் தேர்ந்தெடுத்த துணை ஆட்சியர் 40 பேரில் இந்தப் பள்ளியில் பயின்ற பார்ப்பனர்களே பெருந் தொகையினர் என்றும் ஆர். சுந்தரலிங்கம் எடுத்துக்காட்டுகிறார்.

மேற்குறித்த நிகழ்வுகளில் இருந்து நாம் பெறக்கூடிய செய்தி ஒன்றுண்டு; அதுவரை பார்ப்பனர்கள் மட்டுமே பெற்றுவந்த வேதக் கல்வியும் வடமொழிக் கல்வியும் தம் அதிகாரத் தகுதியை இழந்து விட்டன. சமூக அதிகாரம் சார்ந்த கல்வி என்பது ஆங்கிலக் கல்வியாக மாறிவிட்டது. அது பொதுக் கல்வியாக இருந்தபோதும் மக்கள் திரளில் சிறுபான்மையினராக இருந்த பார்ப்பனர்கள் புதிய அதிகாரத்தைத் தேடி ஆங்கிலக் கல்விக்குள் முதலில் நுழைந்து கொண்டனர்.

தமிழ்நாட்டு மக்களின் அமைப்புரீதியான முதல் அசைவுக்கு 1852இல் தொடங்கப்பெற்ற சென்னை குடிமக்கள் சங்கத்தினை அடையாளமாகக் குறிப்பிடலாம். தமிழ்நாட்டில் தேசிய, திராவிட இயக்கங்களின் முன்னோடி அமைப்பாக இதனையே கொள்ள வேண்டும். இந்த அமைப்பு பெரும்பாலும் பார்ப்பனரல்லாத உயர் சாதியான செட்டிகள், கோமுட்டிச் செட்டிகள், நாயுடு ஆகியோரைக் கொண்டு கஜுலு லெட்சுமி நரசுசெட்டியாரால் தொடங்கப் பெற்றதாகும். இந்த அமைப்பில் திருநெல்வேலி கிறித்துவ வேளாளரான அப்பாசாமிப் பிள்ளை போன்றோரும் பங்கு பெற்றுள்ளனர். கிரசன்ட் என்ற இதழ் இந்த அமைப்பின் சார்பில் வெளிவந்தது. சமூக சீர்திருத்தத்துக்கே முன்னுரிமை தரவேண்டும் என்ற நோக்கில் இந்த அமைப்பிலிருந்து 1853இல் வெளியேறிய சீனிவாசப்பிள்ளை என்பவர் இந்து முன்னேற்ற வளர்ச்சி சங்கம் என்ற அமைப்பினைத் தொடங்கினார். இந்த அமைப்பினர் 'ரைசிங் சன்' (உதய சூரியன்) என்ற ஆங்கில இதழை வெங்கட்ராய நாயுடு என்பவரை ஆசிரியராகக் கொண்டு பத்தாண்டுகாலம் (1853-1863) நடத்தினர்.

தேசம், தேசியம், இந்து, இந்திய நாகரிகம், திராவிடம் முதலிய கருத்தாக்கங்கள் அக்காலத்தில் முழுமையாக உருப்பெறவில்லை. 1866இல் வங்கத்தைச் சேர்ந்த கேசவந்திரசென் பிரம்மசமாஜத்தின் பிரதிநிதியாக தமிழ்நாட்டில் சுற்றுப்பயணம் செய்கின்றார். ஆங்கிலக் கல்வி கற்ற பார்ப்பனர்கள் அவரால் மீட்கப்படுகின்றனர். பிரம்ம சமாஜத்தின் கருத்துக்கள் மொழி எல்லைகளைத் தாண்டி இந்திய ஆன்மீகத்தை உருவாக்கும் என்பதை அவர்கள் கண்டுகொண்டனர். பார்ப்பன, பௌராணிக மரபுகளால் கொண்டாடப்பட்ட 'பரத

கண்டத்தின்' உயிர்ப்பை அது மீட்டெடுக்கும் என அவர்கள் நம்பினர். இந்தக் காலகட்டம் தொடங்கி, பிற்படுத்தப்பட்ட மக்கள் திரள் இதற்கு வெளியில் தங்கள் சாதி அடையாளத்தைத் தொடத் தொடங்கினர். இதனைச் சாதியப் பத்திரிகைகளின் தொடக்க காலம் எனலாம்.

மொழி எல்லைகளைக் கடந்த தேசியம் என்ற கருத்தாக்கம் பார்ப்பனர்களுக்கு ஏற்புடையதாக இருந்ததால் 1880இல் பி. சிவசாமி ஐயரும், அனந்தாச்சார்லு என்பவரும் சேர்ந்து 'மெட்ராஸ் மகா ஜனசபா' என்ற அமைப்பினைத் தொடங்கினர். இதுவே தமிழ் நாட்டில் இந்திய தேசியம் பேசிய முதல் அமைப்பாகும். இந்த அமைப்பின் முன்னணித் தலைவர்களில் சேலம் இராமசாமி முதலியார் தவிர அனைவரும் பார்ப்பனர்கள். 1884இல் இவர்கள் சென்னையில் தங்கள் அமைப்பின் முதல் மாநாட்டைக் கூட்டினர். காலனிய அரசுக்கு இந்திய தேசியம் என்ற கருத்தாக்கம் அன்றைக்குத் தேவையாக இருந்தது. 1881இல் பணி ஓய்வு பெற்ற ஃகியூம் என்ற ஐ.சி.எஸ். அதிகாரி இவர்களோடு சில கருத்து வேறுபாடுகளுடன் இணைந்து வேலை செய்ய முன்வந்தார். அதன் விளைவாக 1884இல் புனா நகரில் நடந்த காங்கிரஸ் மாநாட்டிற்கு 8 பேர் சென்றனர். இவர்களில் 6 பேர் பார்ப்பனர்கள். 1881இல் பிரம்மஞான சபை நிறுவிய கர்னல் ஆல்காட்டும் பிளாவட்ஸ்கி அம்மையாரும் சென்னை வந்தனர். ஆரிய நாகரிகமும் வடமொழி வேதங்களும் உலகிற்கே வழி காட்டும் என்பது அவர்களது கருத்தாகும். அழைப் பின் பேரில் அப்பொழுது கிறித்துவம் கணிசமாகப் பரவியிருந்த திருநெல்வேலிக்கு அவர்கள் சென்றனர். திருநெல்வேலி நெல்லையப்பர் கோவிலில் பூரணகும்ப மரியாதையும் வரவேற்பும் அவர்களுக்கு அளிக்கப்பட்டது. கோயில் வளாகத்தில் அவர்கள் இருவரும் கூட்டம் ஒன்றிலும் பேசினர். "மலைமீது கட்டப்பட்ட கோட்டை போல இந்திய நாகரிகம் என்பது வேதங்களின் மீதும் புனித நூல்களின் மீதும் கால் கொண்டு நிற்கின்றது" என்பது ஆல்காட் சென்னையில் வெளியிட்ட கருத்தாகும். ஆக ஆரியன் என்ற கருத்தாக்கம், இந்து என்ற கருத்தாக்கம் இரண்டும் உருவாகி வந்த இந்திய தேசியத்திற்குள் புகுந்துகொண்டன என்பதற்கு இதுவே சாட்சியாகும். பின்னர் வந்த இந்திய தேசிய காங்கிரஸின் பெரும் தலைவர்களான திலகர், ரானடே, பண்டித மதன்மோகன் மாளவியா, அன்னிபெசன்ட் ஆகியோரும் இதே கருத்தாக்கங்களையே உயர்த்திப் பிடித்தனர். 1927இல் தமிழ்நாட்டில் காந்தியடிகள் வெளிப்படை யாகவே வர்ணாசிரமத் தர்மத்தை ஆதரித்துப் பேசினார். அதுவே பெரியாரைத் தேசிய இயக்கத்திலிருந்து முற்றிலுமாக வெளியேறச் செய்தது.

இந்தியத் தேசியத்திற்கோ பார்ப்பனியம் ஊடுருவிய போதெல்லாம் அதற்கான எதிர்ப்பு தமிழ்நாட்டில் இருந்துதான் வந்தது. அயோத்திதாசப் பண்டிதர், மறைமலையடிகள், திராவிட இயக்க மூலவர்கள், பெரியார் ஈ.வெ.ரா என்று இந்திய தேசியத்திற்கு மாற்றான ஒரு கருத்தியலை முன்வைத்ததில் தமிழ்நாட்டிற்குப் பெரும்பங்குண்டு.

பெரியாரின் போராட்ட உணர்வு, முழுவீச்சினை அடைவதற்குச் சற்று முன் தமிழ்நாட்டில் நடந்த ஒரு முயற்சியினை இங்கே பதிவு செய்வது நல்லது. 1921இல் தமிழ்நாட்டில் நீதிக்கட்சி ஆட்சிப் பொறுப்பேற்று, அறநிலையப் பாதுகாப்பிற்கான சட்டமுன்வரைவு 1924இல் வெளிவந்தது. இந்தச் சட்டமுன் வரைவில் இருந்த 'இந்து' என்ற சொல்லைத் தமிழ்நாட்டுச் சைவர்கள் கடுமையாக எதிர்த்தார்கள். 1924ஆம் ஆண்டு டிசம்பர் செந்தமிழ்ச் செல்வி இதழில் பின்னிணைப்பாக இந்தச் சட்ட முன்வரைவு விமர்சனம் செய்யப்பட்டுள்ளது. 'இந்து' என்ற சொல் எந்தவொரு சமயத்தையும் குறிப்பதாகாது. இந்து என்று சொல்லப்படும் பிரிவில் சைவம், வைணவம், லிங்காதயம், ஸ்மார்த்தம் என்று பல பிரிவுகள் உள்ளன. எனவே, இந்த முன்வரைவு ஒவ்வொரு சமயத்தைப் பற்றியும் தனித்தனியாகக் கணக்கிட வேண்டும். இந்து என்ற சொல் ஸ்மார்த்தர்களுடையது என்பதே அந்த விமர்சனத்தின் சாரம். அதே இதழில் "சுமார்த்தக் கலப்பால் சிவாலயங்களில் ஏற்படும் இடையூறுகள்" என்று ஒரு கட்டுரையினை வழக்கறிஞரும் தமிழறிஞருமான கா.சு. பிள்ளை எழுதியுள்ளார். சங்கராச்சாரியாரைக் குருவாகக் கொண்ட ஸ்மார்த்தப் பார்ப்பனர்கள் ஆகம விதிக்குப் புறம்பானவர்கள்; ஆகமநெறிக்குட்பட்ட சிவாலயங்களை அவர்கள் கைப்பற்ற முயற்சிக்கிறார்கள் என்று குற்றம் சாட்டுகின்ற கா.சு. பிள்ளை திருநெல்வேலி சிவாலயத்தில் இந்த முயற்சி தொடங்கியிருப்பதாகவும் குறிப்பிடுகின்றார். கா.சு. பிள்ளையின் முயற்சி தோல்வியடைந்து, 'இந்து அறநிலையம்' என்ற சொல்லே சட்டச்சொல்லாயிற்று. ஆனால் திருநெல்வேலிச் சிவாலயத்தில் ஊடுருவ ஸ்மார்த்தர்கள் செய்யும் முயற்சி 60களிலும் 70களிலும் தொடர்கிறது. அண்மையில் 2003இல்தான் திருநெல்வேலி சைவர்கள் இப்போதுள்ள சங்கராச்சாரியாரை எதிர்த்து நீதிமன்றத்தில் வழக்குத் தொடர்ந்து, அவரைப் பின்வாங்கச் செய்தனர். ஆனால் இந்து என்ற சொல்தான் இந்திய தேசியத்திற்கு மற்ற மதங்களை நிராகரிக்கும் அடிப்படைக் கருத்தியலாக அமைந்திருக்கிறது என்பதனையும் நாம் மறுக்க இயலாது. இந்தப் போக்கிற்கு ஸ்மார்த்தப் பார்ப்பனர்களே தலைமை தாங்குகின்றனர் என்பதும் நம் கண்முன் அரங்கேறும் உண்மையாகும்.

பேராசிரியர் கா. சிவத்தம்பியின் பக்தி இலக்கிய ஆய்வுகள்

தமிழ் இலக்கியப் பெரும்பரப்பின் பெரும் பகுதியினை இருபதாம் நூற்றாண்டின் தொடக்கம்வரை பக்தி இலக்கியங்களே நிறைத்து வந்துள்ளன. தமிழிலக்கிய ஆய்வாளர் எவரும் புறந்தள்ளி விட முடியாத பகுதி இதுவாகும். பத்தொன்பதாம் நூற்றாண்டின் கடைசிப் பகுதியில் 'தமிழ் இதழ் உலகம்' என்ற ஒன்று உருவானபோது இலக்கிய ஆய்வுகளுக்கான வித்துக்கள் அங்கங்கே ஊன்றப்பட்டன. தமிழ் உரைநடை கட்டுவிடத் தொடங்கிய அக்காலத்தில்தான் ஆங்கிலேயரின் சமயம் சார்ந்த, சமயம் சாராத உரைநடை நூல்கள் பல வெளிப்பட்டன. சைவ, வைணவப் பழந்தமிழ் இலக்கியங்களும் உரைநூல்களும் பனை ஓலைகளிலிருந்து அச்சு ஊடகத்தை நோக்கி நகர்ந்தன. தமிழ்ச் சிற்றிலக்கிய மரபினைப் பின்பற்றி இசுலாமியர்களின் சிறு சிறு முயற்சிகள் அங்கங்கே வெளிப்பட்டன. ஒருவர் மதம் சார்ந்த இலக்கியங்களை மற்றவர் படிப்பதும் அதனை மறுப்பதுமான கட்டுரைகள் பல தமிழ் இதழ்களில் வெளிவரத் தொடங்கின. இது சுபக்கம் X பரபக்கம் என்ற பெயரில், 'தன்மதம் கூறிப் பிறர் மதம் மறுத்தல்' என்னும் சமய மரபுகளின் தொடர்ச்சியாகும். இவற்றுள் குறிப்பிடத்தகுந்தவை ஈழத்துத் தமிழறிஞர்களின் சைவ சமயச் சார்பும் அதற்கு எதிர்வினையான ஈழத்துக் கத்தோலிக்கக் கிறித்து வர்களின் எழுத்துக்களுமாகும். இந்த இரு போக்குகளின் பிரதிநிதி களாக யாழ்ப்பாணத்து நல்லூர் ஆறுமுக நாவலரையும் யாழ்ப் பாணத்து சுவாமி ஞானப்பிரகாசரையும் அடையாளம் காட்டலாம். இந்த வகையில் யாழ்ப்பாணம் காசிவாசி செந்திநாதையரை நாவலரின் வழித்தோன்றலாகக் கருதலாம். அவர் 'தேவாரம் வேதசாரம்', 'சைவ வேதாந்தம்' என்ற இரண்டு நூல்களை எழுதினார். சைவ பக்தி இலக்கியமான தேவாரத்தை வேதச் சிமிழுக்குள்ளும் வேதாந்தத்திற்குள்ளும் அடைப்பதே அவரது நோக்கமாக இருந்தது. 1916 டிசம்பரில் பிராமணரல்லாதார் அறிக்கை வெளிவந்திராவிட்டால் செந்திநாதையர் 'வகையறா' விற்கும் இரட்சணிய சேனை அமைப் பிற்கும் இடையே நடந்த எழுத்து மோதல் தமிழ்ச் சமூகத்தைப் படுகுழியில் தள்ளியிருக்கும்.

இந்தக் காலப்பகுதியில் நமக்கு ஆறுதலைத் தருகிற நிகழ்வு களாக இரண்டினைக் குறிப்பிடலாம். ஒன்று, தான் இளவயதில் காலமாவதற்கு முன்னர் மனோன்மணியம் சுந்தரனார் திருஞான சம்பந்தரின் காலத்தினைக் கணித்து, ஜே.எம். நல்லுசாமிப்பிள்ளை நடத்திய 'சித்தாந்த தீபிகா' என்னும் ஆங்கில இதழில் எழுதிய கட்டுரையாகும். மற்றொன்று, பாண்டித்துரைத் தேவர் 1904இல் தொடங்கிய 'செந்தமிழ்' இதழில் இரா. இராகவையங்காரும்

மு. இராகவையங்காரும் ஆசிரியராக இருந்தபோது வெளிவந்த சைவ, வைணவ, சமண, பௌத்த இலக்கிய ஆய்வுக் கட்டுரை களாகும். இந்த இதழில் தமிழ்நாட்டு, ஈழத்து அறிஞர்களின் கட்டுரை கள் பல வெளிவந்தன. என்ன காரணத்தினாலோ 1925க்குப் பின்னர் தமிழ்நாட்டு ஈழத்து அறிஞர்களின் கருத் தூடாட்டம் நின்று போயிற்று.

ஏறத்தாழ 40 ஆண்டுகளுக்குப் பின்னர் 1960களின் இறுதிப் பகுதியில் தமிழ்நாடு ஈழ அறிவுலகத் தொடர்பைப் புதுப்பித்த நன்றிக்குரியவர்கள் பேரா. க. கைலாசபதி, கா. சிவத்தம்பி ஆகியோர். இருவரும்தான் 'ஒன்றையே நோக்கிப் புக்கான்' என்பதற்கு மாறாகச் சங்க இலக்கியம் தொடங்கிப் புதுமைப்பித்தன் வரையிலான தமிழிலக்கியப் பரப்பில் தங்கள் ஆய்வு முயற்சிகளை உண்மையோடும் நேர்மையோடும் செய்திருக்கின்றனர். இயக்கவியல் வரலாற்றுப் பொருள் முதல்வாதப் பின்னணியில் தமிழ் ஆய்வுலகிற்குப் புதிய வெளிச்சம் தந்தவர்கள் இவர்கள் ஆவர்.

தமிழ்ப் பக்தி இலக்கிய ஆய்வுகளிலும் இந்த இரண்டு அறிஞர் களும் முன்னடி எடுத்து வைத்தனர். கடந்த நூறு ஆண்டுகளுக்கு மேலாகச் சமய இதழ்கள் பல தமிழ்நாட்டில் வெளிவந்துள்ளன. ஆனாலும் தம் சமய சித்தாந்தத்தை ஆய்வுக்குட்படுத்தும் ஒரு நெறி தமிழ்நாட்டில் முளைவிடவில்லை. உயர்கல்வி நிறுவனங்களிலும் இந்த நிலை மிக அண்மைக் காலமாகத்தான் தொடங்கியுள்ளது. எனவே,

> தமிழகப் பல்கலைக்கழகங்களில் தமிழ் வரலாற்றில் மதம் (அல்லது மதங்கள்) வகித்துவந்த இடம் பற்றிய ஆய்வுகள் அதிகம் இடம்பெறவில்லை. பேராசிரியர் நா. வான மாமலை, க. கைலாசபதி போன்றவர்கள் (இந்நூலாசிரியர் உட்பட) சில சமூக மத ஆய்வுகளைச் செய்திருந்தனர்.

என்று தன்னையும் உட்படுத்திப் பேராசிரியர் கா. சிவத்தம்பி வருந்திக்கூறுவது உண்மையேயாகும். தங்கள் சமயம் குறித்தோ பிற சமயம் குறித்தோ பலர் எழுதிய எழுத்துக்களும் 'விளக்கக் கட்டுரை' என்ற எல்லையினைத் தாண்டி வராமலே போய்விட்டன.

எனவே மார்க்ஸீயச் சார்புடையவர்கள் என்று அறியப்பட்ட மேற்குறித்த பேராசிரியர் மூவருமே இந்தத் துறையில் முதலானவர் களாகக் கால் பதித்தனர். இந்த இடத்தில் மரபுவழித் தமிழ்ப் புலமை மற்றுமொரு கேள்வியினை முன்னெடுத்தது. 'தெய்வ நம்பிக்கை யில்லாத மார்க்ஸீயவாதிகள் எந்த வகையில் மதம் சார்ந்த பக்தி இலக்கிய ஆய்வுகளை முன்னெடுத்தனர்' என்பதே அது. பேராசிரியர் சிவத்தம்பி அதற்கான விடையினையும் முன்வைக்கிறார்.

நம்மிற் பலர் நினைப்பது போன்று மார்க்ஸீயம் மதத்தை முற்றாக நிராகரிக்கவில்லை. மார்க்ஸீயம் மதத்துக்கான (மெய்யியல்) எடுகோள்களை நிராகரிக்கின்றது. ஆனால் 'மதம்' என்பது ஒரு முக்கியச் சமூக நிறுவனம் என்பதை மார்க்ஸோ, ஏங்கல்ஸோ நிராகரிக்கவில்லை.

சமய இலக்கிய ஆய்வுகளைப் பொருத்தமட்டில் அவை தமிழ் நாட்டில் வளரவில்லையென்பது ஒரு வருந்தத்தகுந்த செய்தியே ஆனாலும் அதற்குரிய காரணங்களை நாம் கணித்தறிய வேண்டும். பகுத்தறிவு இயக்கத்தின் எழுச்சி அதற்கான ஒரு காரணம் என்பதை நாம் மறுக்க இயலாது. பேராசிரியர் அவர்களும் இக்காரணத்தைப் பதிவு செய்துள்ளார். அத்துடன்,

> திராவிட இயக்கங்களைச் சார்ந்தவர்கள் மாத்திர மல்லாமல் மார்க்ஸீய இயக்கங்களைச் சார்ந்தவர்களும் கூட இந்நிலையினராகவிருந்தனர் என்பதற்கு உதார ணங்கள் உண்டு

என்றும் எழுதிச் செல்கிறார்.

பேராசிரியர் இவ்வாறு எழுதிய பின்னருங்கூட கோ. கேசவன், பொ. வேல்சாமி போன்ற ஒன்றிருவர் மட்டுமே இந்தத் துறைக்கு வந்துள்ளனர். பக்தி இலக்கியங்களை அவை எந்த மதத்தைச் சேர்ந்த வையாக இருந்தாலும் அவற்றை இசைப் பாடல்களாக மட்டுமே தமிழர்கள் பயன்படுத்தி வந்துள்ளனர். அவை வழிபாட்டு உணர்வுடன் பாடவும் கேட்கவும் மட்டுமே பிறந்தவை என்பது அவர்களுடைய நினைப்பாகும். எனவே அவை இலக்கியமாகக் கருதப்பட்டு காலப்பின்னணியிலும் களப் பின்னணியிலும் ஆராயப் பட வேண்டியன என்ற உணர்வின்மையே ஆய்வுக்குத் தடையாகப் போய்விட்டது. பகுத்தறிவு இயக்கம் சற்றுத் தளர்ந்த பின்னரும்கூட இந்த உணர்வு தலையெடுக்கவில்லை என்பதற்கு இதுவும் காரண மாகும்.

எல்லாச் சமயங்களும் தமிழ்மொழியைக் கொண்டாடுகின்ற போக்கினைச் சுட்டிக்காட்டுகின்ற பேராசிரியர் இதன் வழியாக,

> தமிழ்ப் பண்பாடு எனும் மொழிவழிக் கோட்பாடு தோன்றுவதற்கு காரணமாக இதுவே அமைந்தது

என்று சரியாகவே தன் பார்வையினை முன்நிறுத்துகின்றார்.

பேராசிரியருக்கு மட்டுமன்று, தமிழ்ப் பக்தி இயக்க ஆய்வாளர் கள் அனைவருக்கும் முன்னிற்கும் மிகப்பெரிய தடை ஒன்றுண்டு. அதாவது, 1925–1965 காலத்தில் தமிழ்நாட்டு ஆய்வாளர்களுக்கும் ஈழத்து ஆய்வாளர்களுக்கும் மிகச்சிறிய தூர இடைவெளியே இருந் தாலும் ஆய்வுலக உறவுகள் ஏதும் நிகழவே இல்லை. அதற்கு அடிப்

படையான சமய ஊடாட்டங்களும் நிகழவில்லை. யாழ்ப்பாணத்துத் தமிழ் சைவம் கத்தோலிக்கத்தை எதிர்கொண்ட முறை வேறு. தமிழ்நாட்டுக் கிறித்தவம், சைவத்தோடு கொண்ட உறவு நிலை வேறு. ஈழத்துக் கத்தோலிக்கர்கள் வீரமாமுனிவரின் 'பெரிய நாயகி' என்னும் பேரிலமைந்த கன்னிமேரித் தெய்வத்தைத் தமிழ்நாட்டுச் சூழலில் உணரவில்லை. வைணவம் என்னும் மதம் குறித்து ஈழத்து ஆய்வாளர்களுக்குப் புரிந்துகொள்ள வாய்ப்பே இல்லாமல் போயிற்று. ஈழத்தில் தமிழ்நாட்டு வைணவத்திற்கு வேர் எதுவும் இல்லை. எனவே ஆழ்வார்களின் பாசுரங்களும் அவற்றிற்கான உரை விளக்கங்களும் மணிப்பிரவாள நடையில் அமைந்த தத்துவ நூல்களும் அவற்றின் 'நிகழ்காலச்' சடங்கியல் வாழ்வும் தமிழக எல்லையைத் தாண்டி வடக்கு நோக்கிப் பாய்ந்த பின்னரும்கூட (கிருஷ்ண தேவராயரின் 'ஆமுக்த மால்யதா' ஆண்டாளைப் பாடும் தெலுங்கு நூலாகும்) ஈழத்தைச் சென்றடையவில்லை.

வைணவத்தின் தமிழிலக்கியப் பாரம்பரியத்தை, அவ் விலக்கியப் பாரம்பரியத்தின் சமூகத்தளத்தை ஆயும் முயற்சியில் ஈடுபட்டுள்ளேன். ஆய்வுக் கட்டுரையாக வடிப்பதற்கான தயார் நிலை இன்னும் ஏற்படவில்லை

என்கிறார் பேராசிரியர்.

பேராசிரியரின் தயக்கத்தை நியாயப்படுத்தும் ஒரு சான்றினை இந்த இடத்தில் எடுத்துக்காட்டலாம். 'திருவாசகம் காட்டும் மணிவாசகர்' என்னும் கட்டுரையில், "திருவாசகப் பாடல்களில் உணர்ச்சி வெளிப்பாடு இரு வகைப்பட்டு நிற்பதைக் காணலாம்.

அ. கற்பித உணர்ச்சி நிலையிற் பாடப் பெற்றவை

ஆ. தன்மை நிலையிற் பாடப் பெற்றவை

கற்பித உணர்ச்சி நிலை அகத்துறையில் வரும் உணர்வு நிலைகளாம்" என்று வகைப்படுத்துகிறார் பேராசிரியர். இந்த வகைப்பாடு சரியானதே.

பக்திப் பாடலை ஆக்கும் கவிஞன் எப்பொழுது தானாக நின்று பாடுகின்றான். எப்பொழுது பெண்ணாக (அன்புக்கும் ஏங்கும் காதலியாக / தாயாக) மாறிப்பாடுகின்றான் என்பது ஒரு அடிப் படையான கேள்வியாகும். நம்மாழ்வாரின் அகத்துறைப் பாசுரங் களை முன்னிறுத்திக் கொண்ட 14ஆம் நூற்றாண்டைச் சார்ந்த வைணவ உரையாசிரியர் இந்தக் கேள்விக்கான விடையினை நமக்குத் தருகின்றார். அழகிய மணவாளப் பெருமாள் நாயனார் என்ற வைணவ ஆசாரியர் 'ஆசார்ய ஹ்ருதயம்' (மாறன் மனம்) என்ற தன்னுடைய, மணிப்பிரவாள நடையில் அமைந்த தத்துவ நூலில்,

ஞானத்தில் தன் பேச்சு பிரேமத்தில் பெண் பேச்சு

என்று பகுத்துக் காட்டுகின்றார்.

அறிவு தலையெடுக்கும்போது கவிஞனின் பேச்சு ஆண் பேச்சாகவும், அன்பு பெருக்கெடுக்கும்போது பெண்பேச்சாகவும் அமைகின்றது என்பது எளிமையும் ஆழமும் சேர்ந்த விளக்கமாகும்.

வைணவத்தைக் குறித்துத் தயக்கத்தோடு பேசினாலும் தெளிவான முடிவாகப் பேராசிரியர் "சித்தாந்தக் கொள்கைக்கு ஆதாரமாக அமைகின்ற சைவ மரபினை நோக்கும்பொழுது, அதில் இராமானுசர் நிலைநிறுத்திய அளவு சமூக நெகிழ்ச்சி காணப்படவில்லையெனினும், பிராமணியம் வற்புறுத்தும் வருணாசிரம தருமம் இறுக்கத்துடன் போற்றப்படவில்லை என்பது உண்மை" என்று கூறுவதை நாம் ஏற்றுக்கொள்ள முடியும்.

தமிழ்ப் பண்பாட்டிற் கிறித்துவம் (ம.க. கட்டுரை), தமிழிற் கிறித்தவ இலக்கியப் பாரம்பரியம் (ம.மானு கட்டுரை எண். 2) என்ற இரு கட்டுரைகளும் தமிழ் ஆய்வுலகத்திற்குப் பேராசிரியர் தந்துள்ள பெரிய பங்களிப்பாகும். தமிழ்க் கிறித்துவ இலக்கிய ஆய்விற்கு இதனை அடிப்படையாகக் கொள்ளலாம். 18ஆம் நூற்றாண்டின் கடைசிப் பகுதியிலிருந்து தமிழ்நாட்டுக் கிறித்தவர்கள் அம்மானை, வழிநடைச் சிந்து, கண்ணி, கும்மி, கீர்த்தனை ஆகிய சிற்றிலக்கிய வகைமைகளில் படைத்தளித்த நூற்றுக்கணக்கான இலக்கியங்களைக் காணவும் பேணவும் ஆராயவும் இந்த இரு கட்டுரைகளும் உந்துசக்தியாகும். இசுலாமியத் தமிழிலக்கியங்கள் பற்றிய ஆய்வுகள் மிக அண்மைக் காலமாகத் தமிழ்நாட்டில் ஊக்கத்துடன் முன்னெடுக்கப்படுகின்றன. இசுலாமியத் தமிழிலக்கியப் பாரம்பரியம் தொடக்க காலத்தில் நாட்டார் மரபுகளோடு உறவு கொண்டிருப்பதனைப் பேராசிரியர் மிக நுட்பமாகத் தன் கட்டுரையில் எடுத்துக்காட்டுகின்றார்.

கிறித்தவம், இசுலாம் பற்றிய பேராசிரியரின் இலக்கிய ஆய்வுக் கட்டுரைகள் இன்றைய தமிழ்நாட்டுச் சூழலில் மிகமிக அடிப்படைத் தேவையாகின்றன. ஏனென்றால் இவ்விரண்டு மதங்கள் குறித்த ஊடகப் பெருஞ்சொல்லாடல்களுக்கு இவை மாற்றாகவும் மருந்தாகவும் அமைகின்றன.

பேராசிரியரின் சமய இலக்கிய ஆய்வுகள் இன்றளவும் தமிழ்ச் சூழலில் இவ்வகை ஆய்வுகளின் போதாமையினையும் அவற்றின் தேவையினையும் நமக்கு உணர்த்துகின்றன. இவற்றோடு சைவ, பக்தி இயக்கம் குறித்த பல நுட்பமான கேள்விகளைச் சிந்திக்கத் தூண்டுகின்றன.

> அருணகிரியாரின் பாடல்களில் காணப்படும் மிதமிஞ்
> சிய பாலியல் திளைப்பு எனும் அமிசமும் அவரை
> விளங்கிக் கொள்வதற்கு முக்கியமான ஒன்றாகும்

என்கிறார் பேராசிரியர். இசுலாமியப் படையெடுப்பினால் மிகச் சில காலம் கோயில்கள் நெருக்கடிக்கு உள்ளாயின. மூத்துப் போன தந்தைத் தெய்வத்தை விட்டுவிட்டு இளமையும் காதலும் வீரமும் நிறைந்த மகன் (முருகன்) தெய்வத்தை அன்றையச் சமூக உளவியல் விரும்பி நின்றதே காரணமாகும். இதனை மேலோட்டமாக, ஆனால் நுட்பமாகப் பதிவு செய்கிறார் பேராசிரியர்.

இவ்வகையான விளக்கங்களோடும் நமக்கு நிறைய கேள்விகள் எஞ்சுகின்றன. திருமந்திரம் சாத்திர நூலா? தோத்திர நூலா? தேவாரப் பாடல்களுக்கும் திருவாசகப் பாடல்களுக்கும் ஆன சிந்தனைத்தளம் ஒன்றுதானா? தேவாரம் கட்ட விரும்பிய சைவமும் மெய்கண்டாரின் சித்தாந்த சைவமும் ஒரே அடிப்படையில் அமைந்தவைதாமா? வாலை, மனோன்மணி, பராபரை, சக்தி ஆகிய திருமந்திரச் சொல்லாடல்களை மட்டும் கலக மரபுச் சித்தர்கள் எவ்வாறு ஏற்றுக்கொண்டனர் என்பனவெல்லாம் அவற்றில் சில.

பேராசிரியர் எழுதுவதற்கு முன்னரும் ஏன், பின்னரும்கூடப் பக்தி இலக்கிய ஆய்வுகள் மிகமிகக் குறைவே. ஒரு மிகப்பெரிய ஆடுகளம் ஆடுவாரின்றி வெற்றிடமாகக் கிடப்பதைப் பேராசிரியர் நமக்குச் சுட்டிக் காட்டுகின்றார். இந்தச் சுட்டிக்காட்டலும் வழி காட்டலுமே அவரது சமய ஆய்வுக் கட்டுரைகளின் பெரும் பங்களிப் பாகும்.

சமய நல்லிணக்கம் – பெரியாரியப் பார்வையில்

பல்வேறு சமயங்கள் தோன்றி வளர்ந்தும் வந்து பரவியும் நிலைபெற்றுவிட்ட இந்தியத் துணைக் கண்டத்தில் சமயப் பூசல் களுக்கும் சமய நல்லிணக்கத்திற்கும்கூட ஒரு வரலாறு உண்டு. நீண்ட நிலப்பரப்பும் பெரிய மக்கள் தொகையும் நெடிய வரலாறும் உடைய ஒரு நாட்டில் சமயங்களின் வளர்ச்சியும் சரிவும் பிணக்கும் காலனிய ஆட்சியின் தொடக்கம் வரை தவிர்க்க இயலாத வரலாற்று நிகழ்வுகளாகச் சித்தரிக்கப்பட்டன.

காலனிய ஆட்சி தொடங்கிய நாள்தொட்டு 19ஆம் நூற்றாண் டின் நடுப்பகுதிவரை இந்தியத் துணைக் கண்டத்தில் நிலவிய சமய அமைதியினை 'மயான அமைதி' என்றே கொள்ள வேண்டும். ஏனென்றால் காலனிய ஆட்சிக்கெதிராக எழுந்த தொடக்க காலக்

குரல்கள் இங்கே சமயப் பின்னணியில்தான் எழுந்தன. அவற்றை எதிர்ப்புணர்வு என்பதனைவிடச் சமயங்களின் பொதுப் பண்பான 'மற்றவற்றை வெறுத்தல்' என்பதாகவே கணிக்க முடிகிறது. 'வெறுப் பதற்கு ஏதும் இல்லாததால் இந்துக்கள் பிரிட்டிஷ்காரர்களை வெறுத்தார்கள்' என்று நிராத் சௌத்திரி கணிப்பதனை நாம் அவ்வளவு எளிதில் புறந்தள்ளிவிட முடியாது. இந்த வெறுப் புணர்ச்சிக்குத் தமிழ்நாடு, பஞ்சாப் போன்ற தனித்த பண்பாட்டு வேர்களையுடைய நிலப்பகுதிகள் விதிவிலக்காக இருக்கலாம். ஆனாலும் இந்தியச் சமூகத்தின் பொதுப் பண்பாக இதனையே நாம் கொள்ள முடியும்.

சமயங்கள், அவற்றுக்கு இடையிலான இணக்கங்கள் குறித்த பெரியாரியப் பார்வை 20ஆம் நூற்றாண்டுச் சரக்கன்று. அதன் குறுவித்துக்களை வரலாற்றில் சில நூற்றாண்டுகள் பின் சென்றுகூட நம்மால் காண முடியும். 13ஆம் நூற்றாண்டில் பிறந்த தமிழ்ச் சித்தர் மரபானது வேதம், வேத மொழி, சாதி அமைப்பு, பார்ப்பனர், கோயில் ஆகிய கருத்தியல் நிறுவனங்களையும் உலகியல் நிறுவனங் களையும் மறுத்தது. ஆனால் கடவுளை மறுக்கவில்லை.

19ஆம் நூற்றாண்டின் பிற்பகுதியில் அச்சு ஊடகத்தின் வளர்ச்சி யோடு பல புதிய போக்குகள் தமிழ்நாட்டில் எழுந்தன. ஒன்று, வேதத்தின் தலைமையினையும் புனிதத்தினையும் முதன்மைப்படுத்தி அதனையே இந்திய தேசியமாகக் காட்ட முயன்ற ஸ்மார்த்தப் பார்ப்பனர்கள். சர் வில்லியம் ஜோன்ஸ் போன்ற காலனியவாதிகள் ஆக்கித் தந்த 'இந்து' என்ற சொல் இவர்களுக்குப் பிடித்தமான ஒன்றாக இருந்தது. மற்றொன்று, ஆகமங்களை முன்னிறுத்தித் தமது மரபுவழிச் சமூக அதிகாரத்தினைப் பார்ப்பனர்களுக்கு எதிராகத் திருப்பிய சைவர்கள். மூன்றாவது, மரபுவழிச் சமூகத்தில் பிற்பட்ட வர்களாகவும் ஒடுக்கப்பட்டவர்களாகவும் இருந்த பெருவாரியான மக்கள் திரளின் எழுத்து வழியான எதிர்ப்புக் குரல்கள். இம் மூன்றாவது பிரிவினர் முதல் தலைமுறையாக எழுத்தறிவு பெற்றவர் கள். இவர்களில் கிறித்துவர்களும் இசுலாமியரும் அடங்குவர்.

இந்திய தேசியத்தின் தோற்றம் என்பது 19ஆம் நூற்றாண்டின் பிற்பகுதியில் அரசியல் இயக்கமாகத் தோன்றவில்லை. மாறாக அது சமய, சமூகச் சீர்திருத்த இயக்கமாகவே தோன்றியது. கருத்தியலை வளர்த்தெடுக்கும் அச்சு ஊடகங்கள் (நாளிதழ், வார இதழ்கள்) எழுத்தறிவு பெற்ற மேல்சாதிக்காரர்களின் கைவசப்பட்ட காரணத் தால் உருவான நிலைமை இது. இந்திய தேசிய இயக்கத்தைத் தூய அரசியல் இயக்கமாகத் தோன்ற விடாமல் 'சமய மறு உருவாக்க' இயக்கமாக மாற்றிக் காட்டியதில் கர்னல் ஆல்காட், பிளாவட்ஸ்கி அம்மையார், அன்னிபெசன்ட் போன்ற ஐரோப்பிய அமெரிக்கர் களுக்கும் பங்குண்டு. வடமொழி வேதத்தை விவாதத்துக்கு அப்பாற் பட்ட வழிகாட்டியாக இவர்கள் முன்வைத்தபோது, பாரம்பரியச்

சமூக அதிகாரத்தைக் கையிலே வைத்திருந்த மேல்சாதியாருக்கு அது வசதியாகப் போயிற்று. அதன் விளைவாக இந்திய தேசியக் கட்டுமானத்தில் 'இந்து' என்னும் சமய ஏகாதிபத்திய உணர்வு உள்ளார்ந்தப் பண்பாக மாறிவிட்டது. பின்வந்த ஒரு நூற்றாண்டுக் காலத்தில் ஏன், இன்றுவரை இந்தியச் சமூக வரலாற்றிலும் சமய வரலாற்றிலும் இந்தச் சொல் உருவாக்கிய சுவடுகளை எளிதில் மறந்துவிட முடியாது.

திலகர் யுகம் முடிந்து காந்தியுகம் பிறப்பதற்கு முன்னால் கிறித்தவர், இசுலாமியர், பார்சி, சீக்கியர் அல்லாத பெருந்திரளான மக்கள் திரளைக் குறிக்கும் சமயப் பெயராக 'இந்து' என்ற சொல் ஆக்கப்பட்டுவிட்டது. வேதத்தின் உயர்வு, பார்ப்பனரின் சடங்கியல் தலைமை, வடமொழியின் புனிதம், வருணாசிரமம் ஆகியவற்றைக் குறிக்கும் இந்தச் சொல்லுக்கு 'ஆரிய' என்ற சொல்லும் நெருக்க மானதாக ஆக்கப்பட்டது. இவற்றுக்கு நேரெதிரான கலகக்குரல் ஒன்று 1916 டிசம்பரில் சென்னையிலிருந்து எழுந்தது. 'பிராமண ரல்லாதார் அறிக்கை' என்ற பெயரில் வெளியிடப் பெற்ற அந்த அறிக்கை, மரபுவழியான சமய அதிகாரத்துக்கு எதிராக எழுந்த ஒரு சவாலாகும். இந்த அறிக்கை வெளியாவதற்கு முந்திய 40 வருடங்களாகத் தமிழ்நாட்டில் அச்சு ஊடகம் என்பது வெகு மக்களிடமிருந்து அன்னியப்பட்ட பார்ப்பனிய, சைவ, கிறித்தவர் களின் சமயச் சண்டையினையே தாங்கிப்பிடித்து வந்தது. தமிழ் நாட்டில் பிரம்மவாதி, பிரம்ம வித்யா, ஆரிய ஜன பரிபாலினி, தத்துவ விவேசினி, சித்தாந்த தீபிகா, போர்ச் சத்தம் ஆகிய இதழ் களும் யாழ்ப்பாணத்திலிருந்து வந்த இந்து சாதனம், சத்திய வேத பாதுகாவலன், ஞானசித்தி ஆகிய இதழ்களும் இவ்வகையான போக் கிற்கு எடுத்துக்காட்டுகளாகும்.

பிராமணரல்லாதார் அறிக்கைக்குக் கிடைத்த முதல் வெற்றி அச்சு ஊடகத்தின் வழி, படித்த பெருமக்கள் நடத்திவந்த மோதல் களையும் காட்டிவந்த பிற சமய வெறுப்புணர்வையும் நிறுத்தி வைத்ததுதான். வைதீக சமயத்தவர் என்ற பெயரால் அறியப் பெற்ற அத்வைதிகள், சைவர், வைணவர் ஆகியோரைப் 'பிராமணரல்லாதார்' என்ற சொல்லாட்சி அதிர்ச்சியடையச் செய்தது. வடமொழி வேதத்தின் புனிதத்தை முழுமையாகவும் ஓரளவாகவும் ஏற்றுக் கொண்ட இவர்கள் தமக்கான பொது எதிரியாக இச்சொல்லாட்சி யைக் கண்டனர். எனவே அவர்களுடைய பிற சமய மறுப்பு, வெறுப்பு ஆகியவை தற்காலிகமாக நிறுத்திவைக்கப்பட்டன.

பிராமணரல்லாதார் அறிக்கையை இந்து நாளிதழ், 'தற்கொலை முயற்சி' என்று வருணித்தது. வேதப் பொற்காலத்தை முன் வைத்த அன்னிபெசண்டும் வேதப் பெருமையில் நம்பிக்கையுடைய மகாகவி பாரதியாரும்கூட இந்தச் சொல்லாட்சியை எதிர்த்தனர். 'பிராமண ரல்லாதார் என்று ஒரு ஜாதியே கிடையாது' என்பதே அவர்கள்

முன்வைத்த மறுப்பின் முதற் பகுதியாகும். பெரியார் அரசியலில் நேரடியாக ஈடுபடுவதற்கு இரண்டாண்டுகளுக்கு முன் நிகழ்ந்த இதனையே நாம் பெரியாரியத்தின் தொடக்கமாகக் கொள்ள வேண்டும். ஏனென்றால் 'பிராமணரல்லாதார்' என்ற சொல் உணர்த்தும் பொருளையே பெரியார் பல சமயங்களுக்கும் உறவான ஒரு சொல்லாக்கிப் பொருள் விளக்கம் செய்தார் (1925).

> தென்னாட்டில் பொதுவாக இக்கூட்டத்தாரை (பிராமணரை) நீக்கிய பொது ஜனங்களுக்கு பிராமணரல்லாதார் என்ற பெயர் வழங்கப்படுகிறது. முக்கியமாக இதில் கிறிஸ்தவர்கள், முகமதியர்கள், ஆங்கிலோ இந்தியர்கள் முதலிய இந்துக்களல்லாதாரும் பிராமணரல்லாதவர்களே. இந்துக்களுக்குள்ளும் பிராமணர் நீங்கிய மற்றவர்கள் பிராமணர்களால் ஏற்படுத்தப்பட்ட பல ஜாதிப் பெயர்கள் சொல்லிக் கொள்ளப்பட்டாலும் அவர்களும் பிராமண ரல்லாதவர்களே அல்லாமலும் தீண்டாதாரென்று கூறி தொடக் கூடாதவர்கள், பார்க்கக் கூடாதவர்கள் என்று தள்ளி வைத்திருக்கும் ஒரு பெரும் கூட்டத்தாரும் பிராமண ரல்லாதவர்களே.
>
> (தமிழர் மாநாடு, குடி அரசு 8.11.1925)

வேறு சொற்களில் கூறுவதானால் 'இந்து' என்ற சொல் உணர்த்தும் பொருளுக்கு எதிராகப் பெரியார் 'பார்ப்பனரல்லாதார்' என்ற கருத்தியலை முன்வைத்தார். இந்து என்ற கருத்தாக்கம் முதலில் ஐரோப்பிய அறிவாளிகளாலும் பின்னர் காலனிய ஆட்சியாளர்களாலும் முன்வைக்கப்பட்டதாகும். தேசிய இயக்கத்தின் ஊடாக இந்த (சொல்) கருத்தாக்கத்தின் வழியாகப் பார்ப்பனர்கள் தங்கள் சமூக ஆதிக்கத்தையும் புதிய அரசியல் அதிகாரத்தையும் தமதாக்கிக் கொள்ள முனைகின்றார்கள் என்பது அவரது குற்றச் சாட்டாகும். பெரியாருக்கு முன் 1912இல் அயோத்திதாசப் பண்டிதரும் காங்கிரஸைப் 'பார்ப்பனக் காங்கிரஸ்' என்று வருணித்தார். பின்னாளில் அந்தக் கருத்தையே எதிரொலித்துப் பெரியாரும் காங்கிரஸிலிருந்து விலகினார்.

பார்ப்பனர்களின் பிறப்பு வழிபட்ட மேன்மையினை உணர்த்தும் வருணாசிரமக் கொள்கை, இந்து என்று கற்பிக்கப்படும் மதத்தின் உயிர்நாடி என்பதைக் கொண்டு அதை முற்றாக நிராகரித்த பெரியார் ஏனைய சிறுபான்மைச் சமயங்களை மனித சமத்துவத்தைக் கொள்கையளவிலாவது ஏற்றுக்கொள்கின்றன என்பதால் அவற்றோடு ஓரளவு சமரசம் செய்துகொள்ள முன்வந்தார் என்றே தோன்றுகிறது.

'இன்று நம் நாட்டில் பெரும் ஒழுக்கக்கேடு நிலவி வருகிறது. இனியும் வளரும் போல் தெரிகிறதேயொழிய குறைகிற வழி

காணப்படவில்லை. இதன் காரணம் நமது மதம் என்னும் இந்து (ஆரிய) மதம்தான்' என்று குற்றம் சாட்டுகிற பெரியார், "ஒரு முஸ்லிமிடமோ ஒரு கிறிஸ்தவனிடமோ இருக்கிற 'மன இரக்கம்' மனிதனை மனிதனாக மதிக்கும் தன்மை, இன அன்பு, உதவி – இந்து என்பவனிடம் இல்லை" என்று ஒப்பிட்டுக் காட்டுகிறார்.

கிறித்துவ மத நிறுவனங்கள் பெரியாரை அவரது சம காலத்தில் ஒப்புக்கொள்ளவில்லை. கிறித்தவ மதத்திற்குள் தீண்டாமை கடைப்பிடிக்கப்படுவதாக அவர் தொடர்ந்து குற்றம்சாட்டி வந்தார். 1933இல் திருச்சியிலிருந்து வெளிவந்த சர்வவியாபி என்னும் கத்தோலிக்கக் கிறித்தவ இதழ் பெரியாரைத் தாக்கி எழுதியது. ஆனால் அதே காலத்தில் ஆதி திராவிட கிறித்தவர்கள் நடத்திய மாநாடுகளுக்கு அவர் அழைக்கப்பட்டுள்ளார். இசுலாமிய மாநாடு களிலும் குறிப்பாக மிலாதுநபி (முகமது நபியின் பிறந்த நாள்) விழாக் கூட்டங்களிலும் கலந்து கொண்டு உரையாற்றியிருக்கின்றார்.

பெரியாரின் நாத்திக உணர்வு கடவுட்கோட்பாட்டைவிடக் கடுமையான விமரிசனங்களை 'இந்து' என்று அறியப்பட்ட மதத்தின் மீதே வைக்கின்றது. கடந்த 80 ஆண்டுகால அரசியல் வரலாற்றினைக் கூர்ந்துநோக்குபவர்களுக்குப் பெரியாரின் 'தீர்க்க தரிசனம்' புரியக் கூடியதாக அமையும். பண்டித மதன்மோகன் மாளவியாவும் பி.எஸ். மூஞ்சேயும் இருந்த தேசிய இயக்கத்தில்தான் காந்தியடிகளும் இருந்தார். பெரியார் மாநிலத் தலைவராக இருந்த காங்கிரஸில்தான் தேவதாசி ஒழிப்புச் சட்டத்தை எதிர்த்த சத்தியமூர்த்தியும் இருந்தார். தேசிய இயக்கத்தின் உள்கட்டுமானத்தில் 'இந்துத்துவம்' ஒரு முக்கியப் பங்கினைத் தொடர்ந்து ஆற்றி வந்திருக்கிறது என்பதே இதன் பொருளாகும்.

ஒரு நாட்டின் இதிகாசம் என்பது அந்த நாட்டின் தொல்குடி யான மக்களிடம் பிறப்பதாகும். அந்த நாட்டின் சமூக வரலாற்றோடும் பண்பாட்டோடும் அது தொடர்புடையது. ஆனால் அதனை ஒரு குறிப்பிட்ட சமயத்துக்கான நூலாகச் சுருக்கிப் பார்ப்பது ஆபத்தான போக்காகும். அதனைவிட ஆபத்தானது ஒரு குறிப்பிட்ட சமயத்தின் மீட்டுருவாக்கத்துக்காக அதனைப் பயன்படுத்துவதாகும்.

'இந்து' என்ற சொல் சமய ஆதிக்கச் சொல்லாக மட்டுமன்றி இன்று அரசியல் ஆதிக்கத்தையும் குறிக்கும் சொல்லாக வளர்ந் திருக்கின்றது. இதற்கு முதற்காரணமாக 'இந்து' என்ற சொல்லுக்குள் புதைந்திருக்கும் ஆதிக்க உணர்வினை இனம் பிரித்துக் காணலாம்.

வேதத்தை மட்டுமே கடவுளாகக் கொண்ட ஸ்மார்த்தர்கள், ஆகமங்களையும் கோயில் வழிபாட்டையும் முன்னிறுத்தும் சைவ வைணவர்கள், இந்த இரண்டு நெறிகளுக்குள்ளும் அடங்காத தொல்பழஞ் சமயக் கூறுகளையுடைய பெருவாரியான மக்கள் திரள் இவர்கள் அனைவரையும் 'இந்துக்கள்' என்ற கட்டுக்குள்

அடக்க முயலுவதையே நாம் சமய ஆதிக்க உணர்வு என்கிறோம். இந்திய அரசியல் சட்டப் பிரிவுகள் 'இந்து' என்ற மேலைச் சொல்லாடலுக்கு நேரிடையான வரைவிலக்கணம் எதனையும் தரவில்லை என்பது இந்துத்துவவாதிகளுக்கு வசதியாகப் போய்விட்டது.

1950இல் தமிழ்நாடு அரசு தன் மீது தொடர்ந்த வழக்கில் நீதிமன்றத்தில் அளித்த வாக்குமூலத்தில் 'இந்து சமயத்தவர்' என்பதனைப் பெரியார் பின்வருமாறு விளக்குகிறார்:

"கடந்த பல நூற்றாண்டுகளாகவே இந்து சமுதாயம் பிராமணர், பிராமணரல்லாதார், தீண்டப்படாதார் என மூன்று பிரிவினர்களாகப் பிரிக்கப்பட்டிருக்கின்றது. நான் கடைசியாக எடுத்துக்காட்டியுள்ள தீண்டப்படாத பிரிவினர், இந்து மதத்திற்குப் புறம்பானவர்கள். அவர்களுக்குக் கல்வி, சொத்து, சமுதாய அந்தஸ்து முதலியவைகள் கிடையா. அவர்கள் அடிமைகள்" தீர்ப்பு நாள் 30.09.1950 குடி அரசு 02.10.1950-115ஆவது பிறந்தநாள் மலர்.

இந்தக் குரல் இந்திய மக்கள் தொகையில் 70% உள்ள கிறித்தவரோ இசுலாமியரோ அல்லாத ஒடுக்கப்பட்ட மக்களுடைய குரலாகவும் இன்று எதிரொலிக்கப்படுகின்றது. இந்து சமய வரம்புக்குள் இந்த மக்கள் திரள் வந்துவிடாதபடியே, காலமும் வெளியும் இந்து சமயவாதிகளாலும் அரசர்களாலும் பங்கீடு செய்யப்பட்டிருந்தன என்பதே வரலாறு காட்டும் உண்மையாகும்.

இவர்கள் அல்லாத மற்ற இரண்டு பிரிவினர்களுக்கு இடையேயும் இன்று சமய அடையாளம் குறித்த முரண்பாடுகள் தலை தூக்கத் தொடங்கியுள்ளன.

பெரியார் குறிப்பிடும் பிராமணரல்லாதாரில் சைவர்களும் வைணவர்களும் இன்று 'இந்து' என்ற சொல்லை ஒப்புக்கொள்ள மறுக்கிறார்கள். இந்த இரண்டு சமயங்களும் பெருங்கோயில்களைத் தம்மிடத்தில் வைத்துள்ள பிரிவினர் ஆவார்கள். இக்கோயில்களின் வழிபாட்டு முறைகள் அவரவர்களுக்கு உரிய ஆகமங்களால் ஒழுங்கு செய்யப்பட்டுள்ளன. கோயில்களுக்கு உள்ளாக 'இந்து' என்ற சொல் செல்லுபடியாகாது என்பது இவர்கள் வாதமாகும். மிக அண்மையில் (ஐந்து ஆண்டுகளுக்கு முன்) திருநெல்வேலியில் காஞ்சி சங்கராச்சாரி, சிவன் கோவில் திருப்பணியைத் தொடங்கி வைப்பதற்கு எதிராக சைவர்கள் நீதிமன்றத்தில் வழக்குத் தொடர்ந்துள்ளனர். காஞ்சி சங்கராச்சாரியார் இவ்வழக்கில் பின்வாங்கிவிட்டார்.

"ஆகம வழி நடத்தப்படும் கோயில்களை 'இந்து' என்ற போர்வையில் ஸ்மார்த்தரான (ஸ்மிருதிகளை மட்டுமே ஆதாரமாகக் கொண்டு, ஆகமங்களைப் புறந்தள்ளிவிட்டு, தனியொரு கடவுளின் இருப்பினை ஏற்றுக்கொள்ளாத, பரமார்த்திகத்தில்

மறைமுக நாத்திகவாதியான) சங்கராச்சாரியாரிடம் பறிகொடுக்க மாட்டோம்" என்பதே அவர்களின் எதிர்ப்புக்குக் காரணமாகும்.

இந்திய அரசியல்வாதிகள் இன்று சங்கர மடங்களுக்குத் தரும் முன்னுரிமையினை நூற்றுக்கணக்கான சமய நெறிகளுக்கான மடங்களுக்கும் கோயில்களுக்கும் தர முன்வருவதில்லை. எனவே 'நிழல் வடிவில்' சங்கர வேதாந்தம் எனப்படும் ஸ்மார்த்தப் பார்ப்பனச் சித்தாந்தமே 'இந்து' என்ற சொல்லுக்கு முழு உரிமை கொண்டாடுகிறது.

மதத்தின் பெயரால் ஏற்படும் பதற்றங்கள், இரத்தக் களரிகள் பிற வகை வன்முறைகள் அனைத்திலும் 'இந்து' என்ற கருத்திலே மையமாகத் திகழுகின்றது. எனவே பெரியாரியப் பார்வையில் 'இந்து' என்னும் சொல்லுக்கு அரசியல் சட்டம் நேரிடையான வரைவிலக்கணத்தைத் தர வேண்டும். அந்தச் சொல் பல்வேறு சமயங்களையும் நம்பிக்கை சார்ந்த வழிபாட்டு நெறிகளையும் குறிக்கும் சொல் என்பதால் வெவ்வேறு சமயங்களுக்குமான வரம்பு களை முறைப்படுத்திச் சட்டமாக்க வேண்டும்.

"'நாஸ்திகம்', 'ஆஸ்திகம்' என்னும் சொற்களுக்கு சங்கர வேதாந்தம் தரும் பொருளை எந்த சமயவாதியும் ஏற்றுக் கொள்ள முடியாது. ஸ்வாமியில்லை என்று சொல்லிக் கொண்டே கூட ஆஸ்திகர்களாக இருக்க முடியும்... ஆஸ்திகம் என்றால் வேதத்தில் நம்பிக்கை இருப்பது என்றுதான் அர்த்தம் ... வைதீக வழக்கை ஆட்சேபிப்பதுதான் நாஸ்திகம் என்பதே ஞான சம்பந்தன் கொள்கையாகவும் இருந்திருக்கிறது. ஈசுவர பக்தி இல்லாமலிருப்பதுங் கூட அல்ல". (தெய்வத்தின் நூல், தொகுதி 2, பக்.407-408). மேற்குறிப்பிட்ட சிக்கல்களைத் தெளிவுபடுத்த இந்த வாக்குமூலம் போதிய சான்றாகும். இந்த வாக்குமூலம் காஞ்சி (மறைந்த) சங்கராச் சாரியுடையதாகும்.

வேதத்தை முன்னிறுத்துகிறபோதே மனித சமத்துவத்தை நிராகரிக்கக்கூடிய மனுதர்மம், வருணாசிரமம், பிறப்பு வழியான பார்ப்பன மேலாண்மை ஆகியன அதன் உள்ளாக அடங்கி விடுகின்றன. எனவே 'இந்து' என்ற சொல்லுக்கான அரசியல் சட்டப் புதிய வரைவிலக்கணம் இதனை மையங்கொண்டே அமைய வேண்டும். அதுவரை சமய நல்லிணக்கம் என்பது இந்தியாவில் சமயச் சிந்தனையாளர்களின் கனவாகவே இருக்க முடியும்.